Năm thứ VII 2024 - Bộ mới ra mỗi tháng * 1

AF837242

VĂN HỌC MỚI

TẠP CHÍ VĂN HỌC NGHỆ THUẬT

PHÁT HÀNH MỖI THÁNG / 1 SỐ (1 NĂM 12 SỐ) Năm thứ VII

Editor-in-Chief: HÀ NGUYÊN DU

Assistant Editor-in-Chief : NT LỆ THU

General Secretary : Lệ Thu & Vương Thư Sinh

Secretary & Manuscript Reader : Bạch Xuân Phẻ

Senior Editor: NGUYÊN HÀ

Publishing Technology:

Phạm Hồng Thái & Ngã Phương Huyền

Thư từ, bài vở, ngân phiếu - xin gởi về:

(Văn Học Mới - New Literature Magazine)

Tòa Soạn

(Newsroom)

To: HA NGUYEN

10291 Arundel Ave.

Westminster, CA 92683 - 5821

vanhocmoi4@gmail.com

ntlthu1016@gmail.com

hanguyendu@gmail.com

https://tapchivanhocmoi.com

https://vanhocmoi.com

ĐẠI DIỆN PHÁT HÀNH

Canada: **Phan Ni Tấn** <phannitan@yahoo.ca>

Canada : **Hoàng Xuân Sơn** <hoangxuanson@hotmail.com>

Minnesota: **Kimchi Hoang** < hkimchi2006@gmail.com>

Georgia: **Đức Phổ**<dducpho@gmail.com>

Massachusetts: **Lâm Chương** <lamchuong495@gmail.com>

Louisiana: **NgT Hồng Hải**<nhattannguyen575@yahoo.com>

Houston: **Nguyễn Minh Triết**<lntt_2000@yahoo.com>

San Jose: **Phạm Hồng Thái**<thaihpham@gmail.com>

Paris:**Trang Thanh Truc<trangthanhtrucparis@yahoo.fr>**

VN: NT Lệ Thu<ntlethu1016@gmail.com>

Germany **Trần Văn Tích**

Số ghi danh Quốc Hội Hoa kỳ: ISSN 2690 - 4276

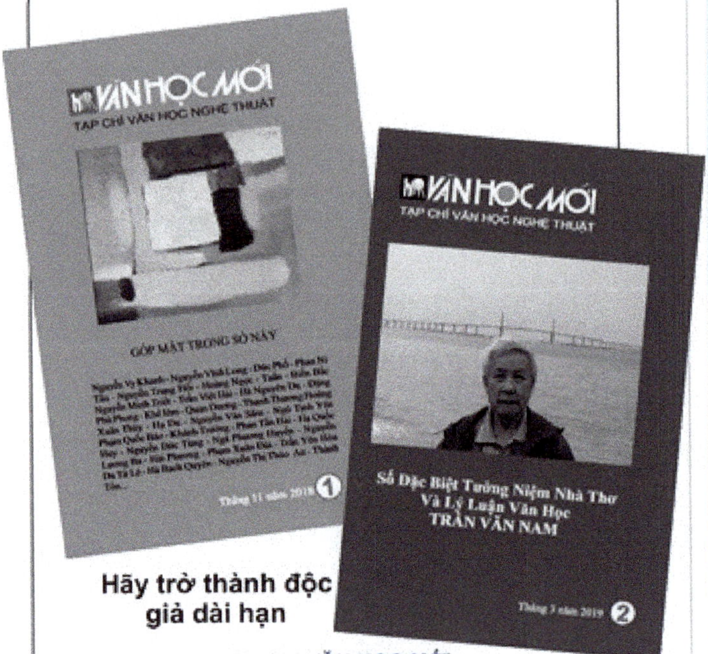

Hãy trở thành độc giả dài hạn

Tạp chí **VĂN HỌC MỚI**

Phát hành 1 tháng một số

Một năm 12 số

Liên lạc:
hanguyendu@gmail.com
vanhocmoi4@gmail.com
ntlthu1016@gmali.com

TRONG SỐ NÀY

***

HÀ NGUYÊN DU • HOÀNG XUÂN SƠN • NGUYỄN KIẾN THIẾT • ĐỨC PHỔ • NGUYỄN VĂN SÂM • TRẦN VĂN TÍCH • VŨ HOÀNG THƯ • SAN PHI • THIỆN NGUYỄN • SA CHI LỆ • NGÔ NGUYÊN NGHIỄM • NGÃ PHƯƠNG HUYỀN • HUỲNH LIỄU NGẠN • TUỆ TRUNG • TRẦN QUÝ TRUNG • QUYÊN DI • HỨA HIẾU • LÊ NGUYỄN • NAM GIAO • MỘNG YÊN HÀ • LƯƠNG THIẾU VĂN • NGUYỄN THỊ KHÁNH MINH • LÊ HỮU MINH TOÁN • VIÊN DUNG • DŨNG NGUYÊN • PHAN HẠ DU • TIỂU LỤC THẦN PHONG • HUỲNH VIẾT TƯ • PHAN TƯỞNG NIỆM • QUẢNG XUÂN • LÊ VĂN HIẾU • HÀ VŨ GIANG CHÂU • HỒ XOA • NGUYỄN MINH QUÝ • HÀ HUY HOÀNG • NGƯỜI SÔNG HẬU • TÔN NỮ MỸ HẠNH • NGUYỄN AN BÌNH • DAN HOÀNG •

mục lục

VĂN HOC MỚI SỐ 35

MỤC LỤC 6
HÀ NGUYÊN DU • **10** tằm ăn dâu nhả tơ triết lý sáng tác cho ..
HOÀNG XUÂN SƠN • **15** nghĩ về sự tử tế / đáng tiếc
NGUYỄN KIẾN THIẾT • **20** nghĩ về giải thơ văn học mới 2024
ĐỨC PHỔ • **24** đêm thu / đi giữa vàng thu
NGUYỄN VĂN SÂM • **25** xin được lần cuối gọi bằng anh
TRẦN VĂN TÍCH • **35** long thành cầm giả ca (kỳ 1)
VŨ HOÀNG THƯ • **42** nghe từ chăn không
SAN PHI • **44** ta thơ dại tìm
THIỆN NGUYỄN • **45** tản thơ [ngọn núi đào hoa 6] san phi
SA CHI LỆ • **49** làm sao hiểu / thu canada
NGÔ NGUYÊN NGHIỄM • **51** lão nghệ sĩ kha thùy châu
NGÃ PHƯƠNG HUYỀN • **64** anh là chim hải../nhân cách sống
HUỲNH LIỄU NGẠN • 83 bay về bên mẹ
TUỆ TRUNG • **85** tiểu khanh (II) tiếp theo
TRẦN QUÝ TRUNG • **104** ước mơ khi trời gần sáng
QUYÊN DI • **106** ốc luộc
HỨA HIẾU • **113** thân phận tháng tư
LÊ NGUYỄN • **115** đọc niệm khúc cho mưa huế
NAM GIAO • **123** cơn nắng quê hương
MỘNG YÊN HÀ • **129** điệu nhảy của những giấc mơ
LƯƠNG THIẾU VĂN • **133** phạm văn hạng, nhà điêu khắc nhà thơ
NGUYỄN THỊ KHÁNH MINH • **139** thơ quỳnh trong cảm ...
LÊ HỮU MINH TOÁN • **147** nhớ ngậm ngùi
VIÊN DUNG • **148** ai đã vào tôi ký chú / thất trắng lời chia tay

DŨNG NGUYÊN • **150** cuộc viễn trình của số phận
PHAN HẠ DU • **155** thầm thì đà lạt
TIỂU LỤC THẦN PHONG • **156** đêm nay nhớ người
HUỲNH VIẾT TƯ • **157** suối tình
PHAN TƯỞNG NIỆM • **164** tôi về trả lại trăng sao
QUẢNG XUÂN • **165** chùm thơ haiku
LÊ VĂN HIẾU • **166** ở trọ / hạt cườm
HÀ VŨ GIANG CHÂU • **167** thời gian và tôi
HỒ XOA • **168** tình khúc bến mưa
NGUYỄN MINH QUÝ • **169** áo ngày xưa
HÀ HUY HOÀNG • **170** bài thơ về chiếc áo sơ mi
NGƯỜI SÔNG HẬU • **172** núi chảy
TÔN NỮ MỸ HẠNH • **174** những chiếc lá thu xanh
NGUYỄN AN BÌNH • **175** khoảnh khắc đầm ô loan
DAN HOÀNG • **176** mùa thu về qua cửa

MỖI KỲ VỚI CA KHÚC MỚI • **177** NPH & NPQ phụ trách
NHẬT KÝ VĂN HỌC • **185** nhà văn Han Kang đoạt giải Nobel văn học / Văn chương Việt trong dòng chảy Mỹ, nhân tài gốc Việt
GIỚI THIỆU • **190** truyện dài "đất có thần" đông duy hkn
GIỚI THIỆU • **191** TT 7 tác giả "về nguồn" NNN & LTK soạn
GIỚI THIỆU • **192** cd phổ thơ tân hình thức do hnd
GIỚI THIỆU • **193** > **196** / trả lời thư tín / thể lệ gởi bài & giá biểu..

Kính Thông Báo

Về sự Thay Đổi Lịch Phát Hành

Lịch thay đổi phát hành Tạp Chí Văn Học Mới, bắt đầu kể từ Văn Học Mới số 34 sắp tới đây...
Chúng tôi sẽ phát hành mỗi tháng ra một số ...
Tức một năm sẽ ra 12 số...
Từ tờ tạp chí phát hành theo định kỳ 2 tháng/ 1 số, biến thành tờ Nguyệt San, *đã thể hiện sự xã thân không hề nhỏ!!*

(Dù bản chất là tờ Nguyệt San, nhưng chúng ta nên gọi là tạp chí Văn Học Mới như ngày nào)

Qua thành quả đạt được như trên, hẳn là sự nỗ lực không ngừng của toàn BBT/VHM. Với bước tiến táo bạo, một thăng hoa gây ngạc nhiên đối với nhiều người, kể cả thuận hay nghịch chiều nhân sinh thế thái!!

Thưa quý thân hữu và quý độc giả...

Với văn hóa chính niệm, xuyên thấu qua mọi đức tin, kể cả mọi chính kiến của người điều hành tạp chí Văn Học Mới...
Tôi, khẳng định rằng: 99% nhân sự trong BBT / VHM rõ ràng là người Việt định cư tại Hoa Kỳ (Mỹ)...
Tôi tin rằng: (*Mọi ngộ nhận, nếu có)*, cũng sẽ tan thành mây khói theo thời gian. Sự thật bao giờ cũng như mặt trời và mặt trăng, vẫn ngàn năm lộng lẫy mọc lên soi xuống trần gian rạng rỡ!

Tạp chí Văn Học Mới kính chúc toàn thể quý thân hữu hợp tác đắc lực và ủng hộ nhiệt thành VHM, từ nguyên thủy cho đến nay *(hy vọng có thể đến lâm chung luôn!!!).*
Kính chúc quý vị hưởng thọ sức khỏe, an lành đời sống và hạnh phúc với gia đình.
Xin muôn vàn cảm ơn quý vị với lòng trân trọng nhất!

Tạp Chí
VĂN HỌC MỚI

LỜI TÒA SOẠN
TẠP CHÍ VĂN HỌC MỚI
SỐ 35

Kính thưa quý thân hữu cộng tác và quý bạn đọc...

*** *"Hãy luôn nhớ rằng quyết tâm thành công của bạn* quan trọng hơn bất kỳ điều gì khác" – Abraham Lincoln.**

Đó là câu danh ngôn của Vị Tổng thống vĩ đại nhất lịch sử Hoa Kỳ, đã để lại nhiều di sản về lòng kiên định và đạo đức cho thế hệ sau. -
Những lời nói của ông không chỉ khắc sâu vào lịch sử mà còn là **kim chỉ nam** cho chúng ta hôm nay, nhắc nhở rằng *ý chí và sự quyết tâm vượt qua khó khăn mới chính là yếu tố quan trọng nhất trên con đường thành công.*

-**Với tinh thần đó**, tạp chí **Văn Học Mới** đã không ngừng noi gương những bài học từ tiền nhân, từng bước khẳng định vị thế của mình trong lòng độc giả. Hành trình đi đến ngày hôm nay, không phải lúc nào cũng trải thảm đỏ. Đã có những thời khắc thử thách dường như làm lung lay ý chí, những sóng gió tưởng chừng sẽ nhấn chìm tất cả, nhưng nhờ vào đạo lý lương tri và sự quyết tâm, lòng kiên định, nên chúng tôi vẫn vững bước tiến lên.

-**Sự thành công** mà Văn Học Mới có được hôm nay không chỉ xuất phát từ nỗ lực chân chính không ngừng nghỉ của đội ngũ ban biên tập, mà còn nhờ vào sự đồng hành quý báu của các thân hữu, những người cầm bút có lương tâm, và độc giả tử tế – những người đã luôn tin tưởng, ủng hộ và chia sẻ giá trị mà chúng tôi hướng đến.

- Giữa muôn vàn biến động của xã hội và thế giới, chúng tôi luôn giữ vững tinh thần ***"bình chân như vại"***, không bị cuốn trôi bởi những thử thách trở mặt của nửa người nửa ngợm thật bỉ ổi!! Nhưng đó chỉ là ngắn hạn, mà *chúng tôi vẫn bình tĩnh, kiên định, và quyết tâm hoàn thành mục tiêu lớn hơn như nội dung Bình Ngô*: Đem đến cho độc giả những giá trị văn học chân chính rất nhân bản, với sự tươi mới và đầy cảm hứng.

Chúng tôi xin gửi lời tri ân chân thành nhất đến tất cả các cộng tác viên và độc giả đã luôn kiên tâm đồng hành cùng Văn Học Mới.
Chính nhờ sự đóng góp và lòng nhiệt thành của quý vị đã và đang tạo nên nguồn động lực mạnh mẽ để chúng tôi tiếp tục hành trình này.

Trân trọng

Tòa Soạn Văn **Học Mới**

*(Danh ngôn để đời của Tổng Thống Mỹ Abraham Lincoln)

HÀ NGUYÊN DU

“Tằm Ăn Dâu Nhả Tơ: Triết Lý Sáng Tác Cho Người Cầm Bút”

Câu nói **“Tằm** có ăn **dâu mới nhả tơ”** ẩn chứa một triết lý sâu sắc, đặc biệt trong lĩnh vực sáng tác văn học và nghệ thuật, khi đề cập đến mối liên hệ giữa trải nghiệm, sự học hỏi và sáng tạo. Để nhận định và phân tích câu nói này, tôi sẽ khai thác nó qua ba khía cạnh chính: nguồn cội, quá trình sáng tạo và hướng đi dành cho người cầm bút.

1. Nguồn cội và nuôi dưỡng cảm hứng

Câu nói gợi mở về tầm quan trọng của sự tích lũy và tiếp thu. Giống như con tằm phải ăn dâu để nhả tơ, người sáng tác phải tiếp thu những kiến thức, trải nghiệm cuộc sống, và cảm xúc thực sự thì mới có thể tạo ra những tác phẩm có giá trị. Đối với giới cầm bút, điều này có nghĩa là cần tìm đến những nguồn cảm hứng phong phú: từ văn học kinh điển, các trường phái triết học, đời sống hàng ngày, đến những khoảnh khắc tinh tế trong cuộc sống.

Lời khuyên:

Tăng cường tiếp thu kiến thức và trải nghiệm thực tế.

Đọc, học hỏi không ngừng, nhưng không dừng lại ở lý thuyết; hãy lắng nghe cuộc sống, tương tác với những biến động và cảm xúc thật của chính mình. Điều này làm giàu thêm nguồn tơ sáng tạo, giúp tác phẩm có chiều sâu và sức nặng hơn.

2. Quá trình sáng tạo – Từ cảm hứng đến tác phẩm

Việc “ăn dâu” là một hình ảnh ẩn dụ của quá trình tiếp thu nguyên liệu, còn “nhả tơ” là quá trình sáng tạo. Không chỉ đơn thuần lấy cảm hứng, mà còn phải biến những nguyên liệu đó thành sản phẩm mang dấu ấn cá nhân. Quá trình này đòi hỏi công sức và sự kiên trì, bởi sáng tác không phải lúc nào cũng mượt mà, mà có thể vấp phải khó khăn, bế tắc.

Lời khuyên:

**Kiên trì trong việc nhả tơ,

... không ngại khó khăn. Hãy luyện tập việc viết, không ngừng sáng tạo, kể cả khi cảm hứng dường như cạn kiệt.

Một nhà văn, **nhà thơ giỏi không phải là người luôn chờ cảm hứng đến, mà là người có thể làm chủ cảm xúc, dẫn dắt câu chuyện của mình bất kể điều kiện** nào.

3. Hướng đi cho người sáng tác

Câu nói **"Tằm** có ăn **dâu mới nhả tơ"** còn hàm ý về sự phát triển bản thân…

Người cầm bút, không chỉ sáng tác ***một cách bộc phát, mà cần*** có ***chiến lược*** để ***phát triển*** lâu ***dài, vươn tới những tầm cao mới.*** Điều này đòi hỏi sự *tự ý thức về năng lực của bản thân và khả* năng phân *tích những* điểm *mạnh, yếu của mình.*

Lời khuyên:

Đầu **tư thời gian** để **xây dựng phong cách** cá nhân**. Đừng *chạy theo xu hướng hay* áp *lực thị trường…*

** **Thay vào đó,** hãy **tạo nên một chất giọng** độc đáo, *phù hợp với con người và giá trị bản thân*. Khi bạn đã định hình được phong cách riêng, việc **"nhả tơ"** sẽ trở nên tự nhiên hơn, tạo nên những tác phẩm có sức hút lâu bền.

Kết luận

"Tằm có ăn **dâu mới nhả tơ"** …

là một tiền đề **tuyệt vời …**

… ***cho những người cầm bút suy ngẫm***. Nó nhắc nhở chúng ta rằng sáng tạo không tự nhiên mà có, mà cần nuôi dưỡng từ kiến thức và trải nghiệm. Người sáng tác cần kiên nhẫn, học hỏi, và xây dựng cho mình một con đường riêng. Khi đã hiểu rõ và tuân theo quy luật này, con đường sáng tạo sẽ bền vững và rộng mở hơn.

1. **Sự hấp thụ kiến thức và cảm xúc:

Người viết, giống như con tằm ăn dâu, cần hấp thụ kiến thức từ sách vở, văn học, xã hội và cả những cảm xúc từ cuộc sống thường nhật. Một tác phẩm sẽ không có sức sống nếu thiếu đi chất liệu từ thực tế. Các tác giả nổi tiếng như **Victor Hugo** trong *Les Misérables* hay **Nguyễn Du** với *Truyện Kiều* đều lấy cảm hứng từ những trải nghiệm xã hội và con người quanh mình. Chính từ đó, họ tạo nên những tác phẩm không chỉ phản ánh hiện thực mà còn chất chứa giá trị nhân văn sâu sắc.

****2. Sự chuyển hóa và sáng tạo**

Sáng tác không chỉ là sự mô phỏng mà là quá trình chuyển hóa. Như tằm nhả tơ từ lá dâu, người viết cần chuyển hóa những trải nghiệm thành những sợi tơ tinh tế, tạo nên tác phẩm có tính nghệ thuật cao. Nhà thơ **Walt Whitman** từng nói: *"The powerful play goes on, and you may contribute a verse."* Mỗi người cầm bút đều đóng góp một "lời thơ" riêng của mình, không lặp lại ai khác. Sáng tác vì thế là sự sáng tạo cá nhân độc đáo, tạo nên dấu ấn riêng của từng tác giả.

****3. Sự hy sinh trong sáng tạo:**

Quá trình nhả tơ của con tằm cũng mang một khía cạnh hy sinh, như cách mà người nghệ sĩ cống hiến toàn bộ tâm hồn cho sáng tác. **Albert Camus** trong *L'Étranger* đã thể hiện sự hi sinh của người nghệ sĩ qua từng trang viết, từng suy tư về con người và cuộc sống. Hay **Nguyễn Đình Chiểu** trong *Lục Vân Tiên* cũng là một ví dụ tiêu biểu về việc sử dụng ngòi bút để phụng sự lý tưởng, dù bản thân phải chịu nhiều mất mát trong đời sống cá nhân.

****Hướng dẫn cho người cầm bút:**

****1. Hấp thụ tri thức một cách có chọn lọc:**

Người cầm bút cần học hỏi từ cuộc sống và những tác phẩm lớn. Tuy nhiên, *không nên hấp thụ một cách thụ động mà cần có sự chọn lọc*. Học hỏi từ các bậc tiền nhân như **Văn Cao** hay **Hemingway**, nhưng không sao chép họ. Mỗi người cần tìm cho mình một giọng văn riêng, một phong cách độc đáo.

**2. Luôn giữ cho mình sự sáng tạo và tinh thần cầu thị:
Quá trình sáng tạo cần liên tục làm mới mình. Như con tằm, không ngừng ăn lá dâu để tạo ra những sợi tơ mới. Sáng tác cũng vậy, đừng bao giờ hài lòng với những gì đã có. **Haruki Murakami** từng nói rằng, mỗi cuốn sách là một cơ hội để khám phá một thế giới khác, và thế giới đó là vô tận.

Dẫn chứng các tác giả nổi tiếng trên thế giới và Việt Nam

Trong lịch sử văn học, nhiều tác giả nổi tiếng đã áp dụng triết lý sáng tạo tương tự như hình ảnh "Tằm ăn dâu nhả tơ" – sự kết hợp giữa tiếp thu và chuyển hóa tư tưởng, trải nghiệm cá nhân thành những tác phẩm có giá trị vĩnh cửu. Các tác phẩm của họ cho thấy rằng sự sáng tạo không bao giờ là sự sao chép máy móc từ cuộc sống, mà là quá trình cá nhân hóa, chuyển hóa.

1. Albert Camus - Pháp

Albert Camus, một trong những nhà văn nổi tiếng của thế kỷ 20, đại diện cho chủ nghĩa hiện sinh với tác phẩm "Kẻ Xa Lạ" (L'Étranger). Camus không chỉ hấp thụ tri thức triết học từ nền giáo dục Pháp mà còn từ những trải nghiệm thực tế trong chiến tranh và cuộc sống lưu vong. Triết lý "phi lý" và sự đấu tranh của con người trong một thế giới vô nghĩa là sản phẩm của quá trình chuyển hóa những trải nghiệm cá nhân thành tư tưởng sáng tác. Giống như con tằm nhả tơ từ lá dâu, Camus không viết bằng lý thuyết thuần túy, mà bằng sự cảm nhận sâu sắc từ cuộc sống.

2. Ernest Hemingway - Mỹ

Ernest Hemingway, với tác phẩm "Ông Già và Biển Cả" (The Old Man and the Sea), là một minh chứng khác về sự chuyển hóa trải nghiệm cuộc sống thành nghệ thuật. Hemingway từng tham gia Thế chiến thứ nhất, sống sót qua nhiều trận chiến và đấu tranh với cảm xúc cá nhân. Qua những điều này, ông đã viết nên câu chuyện về sự kiên cường, hy vọng và sự đấu tranh không ngừng của con người trước tự nhiên. Hemingway không chỉ "ăn dâu" từ những trải nghiệm thực tế mà còn nhả tơ bằng cách biến chúng thành những tác phẩm văn chương có sức lay động mạnh mẽ.

3. Nhất Linh

Nhất Linh (Nguyễn Tường Tam) là một trong những nhà văn àng đầu của Việt Nam trước 1975, nổi bật với tác phẩm "Đoạn Tuyệt". Là một thành viên của Tự Lực Văn Đoàn, Nhất Linh luôn tìm kiếm sự đổi mới trong văn chương và đưa ra các tác phẩm với tinh thần tự do, khát khao cách tân xã hội. Ông đã hấp thụ tinh thần của thời đại, sự đấu tranh cho tự do, sự phát triển của phong trào Duy Tân, và chuyển hóa chúng thành ngôn ngữ nghệ thuật đặc trưng. Như một con tằm ăn dâu, ông nhả tơ từ những trải nghiệm và lý tưởng về tự do cá nhân, giải phóng con người khỏi những tư tưởng hủ bại.

4. Vũ Hoàng Chương

Vũ Hoàng Chương là một nhà thơ lừng danh của miền Nam Việt Nam, được biết đến với những tác phẩm mang đậm chất lãng mạn và khát khao tự do. Bài thơ "Say Đi Em" của ông thể hiện rõ sự chuyển hóa cảm xúc cá nhân và triết lý nhân sinh sâu sắc thành nghệ thuật. Từ những thăng trầm của cuộc đời, Vũ Hoàng Chương đã nhả tơ bằng những vần thơ phiêu diêu, đầy chất thơ và triết lý sống tự do, không bị ràng buộc.

HÀ NGUYÊN DU

HOÀNG XUÂN SƠN
NGHĨ VỀ SỰ TỬ TẾ

Tôi biết lòng tôi hiền như gỗ
Có khi trân mình đá hoa cương
Mà tình thật chưa hề hung hiểm
Tôi hái tặng hoa những con đường

Đường tôi qua gập ghềnh hay phẳng lối
Thì vẫn hàm ân thi vị cuộc đời
Tôi có bạn. được bạn. yêu thương tình bạn
Cũng đủ rồi cho một cuộc rong chơi

Lúc ngồi im hay ngoài trời bộ cước
Vẫn bình tâm nghĩ đến những chu kỳ
Đến. và về nói với mình pháp thoại
Một chữ duyên nơi tường ký vu vi

Như trận gió thoạt làm râu tóc bạc
Rồi xanh lên trên tất cả bụi hồng
Ba ngàn thế giới còn chương tử tế
Sinh diệt kia rồi cũng xoáy vòng không

Bạn đứng đó. tự nghe mình ấm áp
Chuyền chút hơi cho phúc phần tai ương
Hành vi thiện chỉ là làn tơ mỏng
Cũng bội thu hết thường trực ngọn nguồn
)(
h o à n g x u â n s ơ n
10 tháng 9, 2024
[trong cơn bão lũ]

HOÀNG XUÂN SƠN

ĐÁNG TIẾC

[regrets, i had a feel; but then again too few to mention! - My Way, Paul Anka]

Có những người bạn, tuy chưa là thân thiết, đã có những dợn sóng cùng uốn lượn trên vùng rối tóc. Tưởng như rẽ cùng đường ngôi. Có những người bạn bất chợt lóe sáng một tia nắng cuối ngày, đan chéo vào những cánh rừng bát nháo, nổi cộm một vài hạt sương trong đêm trường mù mắt. Rồi tự nguyện đi vào bóng đêm. Có những lòng tay chợt ấm hơi người.Rồi trở về nguội lạnh trong hời hợt! Và điều gì đã khiến những cây trái lừng lững mùa màng tự nguyện làm thân tép nhỏ trong lòng quả độc, một nốt nhạc mù rơi rớt từ phường bát âm. Và điều gì sau cùng những lá chắn cũng phải buộc lòng được dựng lên để gìn giữ cuộc an nguy nhân tình thế thái!

thái độ, viết lại

[với Hải Phương, Lữ Quỳnh ở dốc Ngàn Xanh]

sao như bấc
lụn vào tim đèn
trời báo sẽ mưa
những giọt lưng mùa đông phố

,
căng thẳng như gió
[tưởng tượng
buổi chiều cong mây]
thử ốm đời cây. lưng, khỏng
buồn có khi
khòng cả chân ngày

,
hãy thồ thân ngựa. núi đồi
cuốc bộ với bụi hồng
và cả con đường độc đạo
dẫn tới ngàn lau

,
tôi bỏ dấu lên chữ một cách tài tình
như búa rìu dư luận

có ai bắt bẻ chữ [ă] phải cong vành môi
dấu ^ xuôi bể huyết hận
vậy rồi mặt trăng vẫn cứ sụt sùi
hạn kỳ tới phiên này em
là nguyệt
tồn miên đáo nhậm
nơi người kỹ nữ treo chùm pháo hồng băng khuê
hề chi con đường xanh
lầu vẫn xanh
tôi mần thơ quết chả
những đòn bánh miệt mài huân chương
u nần xung hận ngày tháng
đến khi con hẻm
lử đử tuột dốc
,
nơi khía cạnh cuộc tương tàn
người vẫn tuân thủ đường lối cọng râu khô hàm hồ
vẫn khóa chốt khe lèn cum đầu kẻ ngụy bi
thừa tự
lời than khóc pháo lũy
rưng rức tận đáy mồ
có khi lanh canh tiếng rao hàng buổi sáng
cổng báo tập trung lao sinh
cây nứa ngã nhào
sớm muộn gì cũng gánh vác hà đồ
tan vào cái nắng vi lô
,
lời hứa một bạn văn
những cuộc gặp gỡ rần rần
chun vào quạnh vắng lẩn phẩn vô nghĩa
hôm kẻ lạ hỏi tại sao ngươi buồn
vì tôi cũng chỉ là người lạ mặt
trong cuộc tồn sinh này
khu xóm mùa xuân
nơi khoảnh rừng li ti của những con bọ
choáng ngợp hàng dương bình minh

tôi ở đâu. làm gì.
trong những cú bật phản hồi mỗi nhát sống
,
đến khi ao bèo cạn nước
cái gì có thể nuông chiều được lý lẽ môi son

cái gì xơ cứng phía hạt giẻ
niềm kiêu hãnh của chức tước lợn rừng
hỡi thi sĩ
ngươi chỉ còn những phên nứa quây quần cơn đau thổ tả
tôi vẫn còn đâu đó
nơi gieo rắc bụi hoa vàng
bồ công anh dâng hiến
,
đôi mắt của chiêu
làn kính dâm mùa xuân tạc tự
cái ngứa xác thân
đôi khi phừng phừng nguyên trạng
nhiều khi râm ran hậu tòa
chữ buồn buồn lơi khơi dọc sống lưng
đẻ không ra nổi
cuộc bán chác vần vè
tới lui thủ thỉ lần khân
lấp lú trét bôi keo sơn thời đại da dẻ
hãy để những chiếc đinh
lấp ló định hình
,
tôi không muốn trây trét lời thông tục
vào tiếng ngân êm trùng khánh
[nơi cõi thầm thì những món tóc riêng em]
để rồi lúng túng hoa chiếc xước
trong cơn phớt tỉnh già nua.
mình
đèn phụt tắt một khoảnh dài
thì hay cơn mộng bên ngoài
tan rã

tôi muốn làm biến dạng những câu sáu tám như nỗi đời
có vui không em
đời còn gì vui
,
sang sảng biển cười
mà núi ngậm câm
biển nhận chìm
con trăng huyền thoại
,
khi anh nghe thấu lời chim hót
hà cớ gì lấn cấn suy tưởng
về đường đi của bầy kiến hôi
qua vùng xôi thịt
,
tôi ghét kẻ ác một
ghét kẻ hùa theo ác mười mươi
kẻ ác vẫn ác
kẻ hùa theo ác hô hào luông tuồng quái ác
dưới áo vỏ bày hàng nhân văn
,
đừng thắc mắc anh đang làm gì ở đâu
hãy chủ vị ngọn sào
đừng để tư duy quơ quào rác rến
,
hãy viết những câu thẳng thớm
giải mã hàm oan cuộc đời
đừng để tự thân bài thơ
gạ gẫm trò đùa nham hiểm
,
xưng tụng là một lối khác
bày hàng ảo giác
trong ngôi nhà của sự đánh lừa
)(
h o à n g x u â n s ơ n
2012 – 2021
[tặng các thứ, đồ đoàng lấp lửng]

NGUYỄN KIẾN THIẾT
NGHĨ VỀ GIẢI THƠ VĂN HỌC MỚI 2024

Sau gần một năm phát động, **GIẢI THƠ VĂN HỌC MỚI 2024** đã chánh thức khóa sổ vào tháng Năm vừa qua. Theo thông báo của Ban Tổ chức, Lễ Phát Giải sẽ diễn ra vào cuối tháng sáu năm 2024. Tất cả 8 thành viên trong Ban Giám khảo (BGK) đã nhận được đầy đủ các thi phẩm của 104 Tác giả (TG) dự thi cũng như Quy định/Bảng điểm chấm thi. Chúng tôi **không** nhận được thi phẩm của TG62. Là một thành viên Ban Giám Khảo, tôi có mấy nhận xét sơ khởi trong bài viết dưới đây.

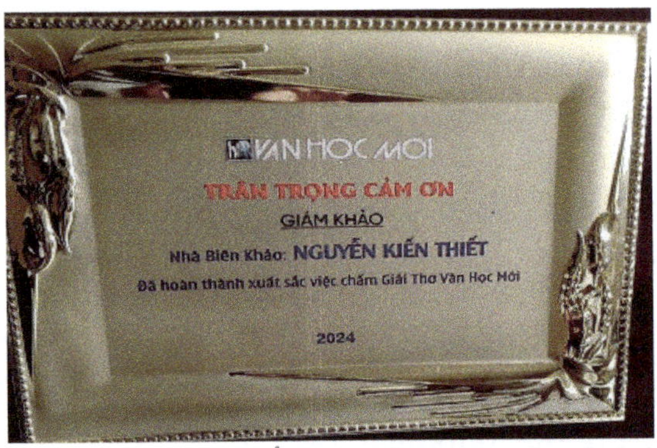

**Thành thật cám ơn Ban Tổ Chức Giải Thơ Văn Học Mới 2024*

Trước hết, tôi muốn dành một điểm son cho *Văn Học Mới (VHM)* đã đi *tiên phong* trong việc tổ chức một Giải Thơ cho một tạp chí văn học ở hải ngoại*. Thư ký của Giải Thơ nầy là nhà thơ Hà Nguyên Du (HND), Chủ biên tạp chí, đồng thời là Giám đốc nhà xuất bản Văn Học Mới tại Hoa Kỳ. Lại thêm BGK đều là những người có uy tín, đã thành danh về các lãnh vực thi ca, sáng tác, biên khảo và phê bình văn học từ trong nước tới hải ngoại, trước và sau năm 1975. Đó là chưa kể một số nhà giáo đã dày dặn kinh nghiệm trong việc "cầm cân nẩy mực". Có vài vị đã từng là Giám khảo Cuộc thi văn học của một cơ quan ngôn luận hay một đoàn thể. Đã có "hô" phải có "ứng". Tính ra có tới 104 bạn làm thơ, những người yêu thơ và những "chuẩn thi sĩ" khắp mọi miền đất nước tại Việt Nam cũng như ở hải ngoại đã nhiệt tình hưởng ứng Lời mời gọi của Ban Tổ chức và hăng hái gởi bài dự thi.

Nhìn chung, **Đề tài** các tác phẩm dự thi rất *thoáng,* thi nhân tha hồ phóng bút. Đó là tình yêu quê hương, tình tự dân tộc (TG3; 4; 10**; 11, 56...), tình cảm gia đình như ông/bà Nội, công Cha nghĩa Mẹ (TG10; 24; 45; 47; 71; 72, 81...), nhiều nhứt là tình yêu đôi lứa, tình nghĩa vợ chồng (TG10; 11; 82; 92...). Thỉnh thoảng có tác giả đề cập đến tháng tư, "đất nước tôi nhức nhối những đoàn viên" (TG80), rồi số phận thuyền nhân (TG22), cuộc vượt biển, nạn hải tặc hãm hiếp (TG87), thân phận kẻ "ngụy", "vô sản", "định cư" xứ người (TG87). Có người luận về "tử sinh, hủy diệt, có-không vô thường" (TG31), rồi kẻ sĩ (TG57) đến hào khí (TG73). Các địa danh lần lượt nhắc tới không riêng gì khắp mọi miền đất nước Việt Nam mà còn rải rác ở vài nơi trên thế giới. Thỉnh thoảng chúng ta còn bắt gặp một vài nhà văn, nhà thơ như Sơn Nam, Bà Huyện Thanh Quan (TG30), một vài nhân vật trong truyện thơ nước ta như Lưu Bình-Dương Lễ (TG26). Đôi khi còn là nỗi canh cánh bên lòng với "Nỗi hoài hương" (TG56), nhớ về "Bạc Liêu ký ức" (TG4) và lắng "Nghe đàn Vọng Cổ trên sông Hậu (TG67): có lúc "về thăm Huế" (TG92), thăm "Quê Hội An", "Về Hà Tân", hóng "Gió bên cầu Giao Thủy" (TG11), thơ thẩn bên "cầu Hiền Lương", rồi lang thang "bên hồ con Rùa" (TG103), dưới "Mưa Sài Gòn" và "Trời Văn Khoa" (TG 104), v.v... Đó là *tiếng lòng* của người yêu thơ, là *tình cảm* chân thật nhưng vô cùng cảm động của con người được thể hiện bằng ngòi bút của thi nhân!

Về **Hình thức**, các "thi phẩm" dự giải được sử dụng rất đa dạng, không phải tuân thủ một thể loại thơ nào. Đọc suốt 104 "thi phẩm" dự giải, chúng tôi ghi nhận như sau: Từ thơ hai chữ, ba chữ, bốn chữ rồi thơ năm chữ, sáu chữ, bảy chữ đến thơ tám chữ, chín chữ; đôi khi hỗn hợp các thể thơ kể trên một cách phóng túng. Phần đông các TG gởi đúng 10 "thi phẩm" dự thi, trung bình 5-6 bài. Có một TG gởi **1** bài dự thi (TG64). Còn TG11 gởi tới **27** bài chiếm kỷ lục về số lượng. Duy có một người gởi "*Tản thơ"* (một hình thức văn xuôi/thơ) với ba bài và 7 bài thơ để dự thi (TG81). Đa phần các tác giả "sính" dùng thơ tự do, thơ tân hình thức (các TG1; 2; 5; 6; 7; 8; 21; 25; 31; 33; 61, v.v...) hơn là thể thơ mềm mại lục bát (các TG3; 22; 24; 30; 93; 94, v.v..) hoặc song thất lục bát. Ngoài thể thơ thất ngôn tự do (TG10; 12; 32; 92, v.v...) còn có thơ Đường luật thất ngôn bát cú.

Hai "tác giả bát cú" nầy (TG26 và TG73) thay vì bước trên con đường bằng phẳng lại "tìm chỗ đoạn trường mà đi". Bởi lẽ đi trên "chỗ đoạn trường" nầy phải tuân thủ những quy luật nghiêm ngặt của thể thơ Đường luật bát cú như Bố cục, Niêm, Luật, Vần, Đối; sơ suất một chút là dễ bị phát hiện ngay. Chúng tôi đánh giá cao các bài thơ luật của hai TG26 và TG73.

Thật khó đánh giá thơ *tân hình thức* và thơ *tự do* bởi tiết tấu và vần điệu. Các tác giả nầy gieo vần đôi khi khá *tùy tiện,* quá *cách tân?* Nhưng về *thơ mới*, các thi phẩm dự giải khi thì sử dụng *vần ôm*, lúc *vần liền* (vần liên tiếp), có lúc lại *vần chéo* hoặc hỗn hợp các cách gieo vần kể trên. Về cách *ngắt nhịp* thơ sáu tám mà chúng tôi gọi là *lục-bát-cắt-vụn,* một số tác giả dự thi đã thử "cắt vụn" thơ lục bát, khi thì một chữ, lúc hai chữ, có khi hai, ba chữ nhằm cắt đứt *mạch thơ* để diễn tả hoặc nhấn mạnh đến nhiều dạng cung bực của tình cảm (TG90). Họ muốn nối gót đàn anh đã thành công (chẳng hạn Hà Nguyên Du, Hoàng Xuân Sơn) về cách *ngắt nhịp/cắt vụn* thơ lục bát hoặc thơ tân hình thức, điều mà Du Tử Lê gọi là "một thứ trò chơi chữ nghĩa tùy hứng".

Với tư cách người tuyển chọn, với tất cả sự vô tư khách quan, tôi *đánh giá cao* cho hai nhà thơ Đường luật bát cú (TG26 và TG73), TG81, TG10, TG2, TG61, TG71, TG88, v.v... cũng như trên 10 TG khác. Đặc biệt bài bát cú "**Dụng Mèo**" của TG26 thật "tuyệt cú mèo" bởi Niêm, Luật, Vần, Đối chỉn chu, chứng tỏ TG am hiểu phép làm thơ Đường luật. Bất giác tôi liên tưởng tới Học Lạc (1842-1915) - nhà thơ trào phúng Nam Kỳ - qua bài thơ luật "Chó chết trôi" với "cái giọng thống thiết, đau đớn" (Thanh Lãng). Còn TG73, với bài bát cú "**Hào khí**" mặc dầu Đối chưa chỉnh nhưng vẫn gây chú ý. Tuy nhiên kết quả chung cuộc tùy thuộc vào thang điểm của 7 thành viên còn lại trong BGK. Nếu chẳng may một trong hai bài thơ bát cú nầy không được sự đồng thuận của BGK thì thật đáng tiếc!

Trước khi kết thúc bài viết, chúng tôi muốn nhắn nhủ các "chuẩn thi sĩ" mấy điều sau đây:

1. Các bạn có thể chọn bất cứ đề tài nào, bất cứ thể loại thơ nào cũng được, miễn là *thơ hay và có hồn* có sức lay động lòng người;
2. Đối với thơ Đương luật thất ngôn bát cú (gọi tắt là thơ Đường luật, thơ luật hoặc thơ bát cú) phải tuân thủ nghiệm ngặt quy tắc có phần khắt khe như Niêm, Luật, Vần, Đối. Đành rằng trên thực tế đã có những nhà thơ lớn ở nước ta đã "vi phạm"

các nguyên tắc nầy (gọi là "*phá cách*"), nhưng thơ vẫn hay và có hồn. Những nhà thơ "phá cách" đó có thể kể là: Hồ Xuân Hương với bài Đèo Ba Dội (thất luật), Nguyễn Bỉnh Khiêm với **Dĩ Hòa Vi Quý** (thất niêm), Bà Huyện Thanh Quan với **Qua Đèo Ngang** (cưỡng vận), Nguyễn Khuyến với **Thu Vịnh** (lạc vận), Vũ Hoàng Chương với **Nghe Hát** (thất đối), Phan Văn Trị với **Vịnh Hát Bội** (khổ độc), vân vân...

3. Để cho viên-ngọc-thơ không có tì vết, nên **tránh** dùng chữ gây phản cảm như "điện thoại cầm tay" (TG13), "sờ **l.**" (TG 42), **"**sexy" (TG68), "phượt ngày" (TG75), v.v...
4. Nên tra cứu cẩn thận để **hạn chế tối đa Lỗi chánh tả.** Một số từ có thể chấp nhận tùy cách phát âm và thói quen từng vùng, miền như: "dày xéo/giày xéo" (TG10), "dòng/giòng" (TG 51), "xá gì/sá gì" (TG42), "Hoàng Xa/Hoàng Sa" (TG100), v.v... Thật ra viết **đúng** chánh tả là: "**giày** xéo", "**dòng** sông", "**sá** gì", Hoàng **Sa**". Rất nhiều Lỗi chánh tả như: "Ô Thướt" (TG26), "nổi buồn", "chổ dấu", "cỏi hư không" (TG36), "mãnh đời" (TG48), "vô vàng", "tắt liệm" (TG55), "mõi cánh" (TG58), "nổ lực" (TG61), "cây cầu bắt qua" (TG63)... Viết **đúng** chánh tả là: "Ô **Thước**", "**nỗi** buồn", "**chỗ giấu**", "**cõi** hư không", "**mảnh** đời", "vô **vàn**", "tắt **lịm**", "**mỏi** cánh", "**nỗ** lực", "cây cầu **bắc** qua", v.v...
5. **Tránh Lạc vận.** Thông thường đối với những thể thơ có vần như **yêu vận** (vần lưng), **cước vận** (vần chân/vần cuối) phải tuân theo cách gieo vần như: **vần chánh** (vần có âm hoàn toàn giống nhau) hoặc **vần thông** (vần có âm na ná giống nhau) và tuyệt đối **tránh lạc vận** (lạc: rụng), tức vần không hoàn toàn hiệp nhau. Đa phần các TG sử dụng vần chánh (các TG3; 19; 22; 24; 26; 63; 73; 93; 94...), một số TG gieo vần thông, rất ít TG lạc vận (các TG27; 35; 36; 44; 68...);

Tóm, với thành phần BGK *có tầm có tâm*, với sự hưởng ứng nồng nhiệt của 104 TG gởi bài dự thi, mặc dầu còn một số hạn chế nhứt định, có khi gây "dư luận xôn xao" như phần đông các cuộc thi khác, chúng tôi tin rằng **GIẢI THƠ VĂN HỌC MỚI 2024** sẽ thành công tốt đẹp.

Nguyễn Kiến Thiết – *Montréal, Canada ngày Quốc Khánh Québec (24.VI.2024)*

*Thật ra ở trong nước, Tạp chí NHÀ VĂN & TÁC PHẨM (Tổng Biên tập Nguyễn Trí Huân) đã tổ chức thành công **Cuộc Thi Thơ** 2017-2018.

**TG10 đã gởi 10 bài thơ dự thi gồm thơ lục bát, thơ thất ngôn, thơ mới... Nhưng không hiểu vì sao cuối cùng "nhà thơ" lại xin rút tên. Chúng tôi tôn trọng quyết định ấy. Thơ anh/chị hay và có hồn, giàu tính nhân văn, vần điệu chỉn chu. Đặc biệt thơ mới bảy chữ có hơi hướm "Hoa trắng thôi cài trên áo tím" của Kiên Giang rất được đánh giá cao. Thật đáng tiếc.

ĐỨC PHỔ

ĐÊM THU

ngùi trông em. giấc say mùa
đôi song nửa khép. nửa đùa canh thâu.
đêm chưa lá đổ vàng thu
đã trong hồn rụng sa mù sắc, không.

đêm từng đêm ngọn đèn chong
nụ tình muộn nở bên trong xác nhàu.
ngùi nghe thu chảy giọt ngâu
mới hay bất tận tình sầu miết mê.
đêm thu gió máy tư bề
câu thơ dựng mái tình thề tặng nhau!...

ĐI GIỮA VÀNG THU

cầm tay em đi tới chân cầu
bỗng nhiên dừng lại.
biết rằng dẫu có đi tới đâu chăng nữa
vẫn thu về vàng lá bên sông!

em rồi một ngày bất chợt bão giông
đừng buồn chi cuộc đời chìm nổi.
nhìn xuống chân cầu vẫn nước êm trôi
cầu mong cho cuộc đời phẳng lặng…

cầm tay em đi tới chân cầu
lòng rộn ràng nhớ nắng.
tay trong tay nghe chừng hơi ấm
lọt khe tình. hồn bỗng rưng rưng…

cho dẫu đi… đi tới cuối trời
hồn vẫn không rời cố quận.
giữa vàng thu đi cùng diệu vợi
lòng dặn lòng mãi cuộc trăm năm…

ĐỨC PHỔ

NGUYỄN VĂN SÂM

XIN ĐƯỢC LẦN CUỐI GỌI BẰNG ANH

(Để tưởng nhớ nhà văn Bình Nguyên Lộc

Tin tức từ bên nhà loan truyền trong văn giới ở đây nào là nhà văn A qua đời, thi sĩ B tạ thế, ai nghe cũng nao nao tiếc. Giá những vị đó thoát được sang đây, trễ còn hơn không, góp phần vào công cuộc tạo dựng thêm vững mạnh cho nền văn chương hải ngoại. Cuộc sống của họ ở ngoài khung cũi lớn, dầu viết ít nhiều, hay chỉ tham dự vào các sinh hoạt thôi, cũng tăng thêm lòng tin cho hàng ngũ viết lách. Lớp mới vững dạ hơn về con đường lựa chọn khi nhìn lại thành phần kinh nghiệm ngày càng đông đảo, đó là chưa kể họ học hỏi được nhiều qua mạn đàm, thảo luận...

Tâm lý người viết còn ở lại Việt Nam - nhứt là những người cầm bút một, hai chục năm, sự nghiệp đã có, mục đích đã vạch, viết đọc thành nếp sinh hoạt không thể thiếu của cuộc sống - hết sức phức tạp. Tuy hiện diện trên đời nhưng phải xa lìa giấy mực, không làm chủ được đời mình, lại hằng ngày chứng kiến những điều được viết ra có hại cho thế hệ đi sau, bêu rếu dân tộc, sự hiện diện đó, họ đã coi như thừa mứa, cầm bằng như mình đã chết. Họ không khởi từ suy nghiệm tôn giáo, cũng đã trở thành thiền giả, đạt đạo đến dửng dưng với cái chết. Thơ một người bạn thơ còn kẹt lại: bây giờ sống chết cũng vậy thôi. Chết mau hay chết chậm (sống) cũng là chết. Hai đối cực của đời người không lúc nào hoà hợp nhau như lúc này." Người ta có thể đi đến cùng một quan niệm dầu khởi từ những quan điểm đối nghịch, nhưng nhà văn đi đến hành vi coi thường cuộc đời từ sự kiện bị bắt buộc bỏ bút. Rồi tôi tự an ủi, tự đưa ra lý do để dối lòng bi thương trên giá trị ngang nhau của sự sống và sự chết trong quan điểm những người nằm xuống. Trong những người còn kẹt lại đó có nhà văn Bình Nguyên Lộc, người tôi đã đọc được tác phẩm ngay từ lúc còn ngây thơ giọc nước mỗi khi trời mưa!

Rồi có tin nhà văn Bình Nguyên Lộc được qua Mỹ. Tin này mang đến trong tôi cảm giác nôn nao thân thiết, như tìm thấy quá khứ, như tình cờ lục lại đống giấy tờ cũ, bắt gặp cuốn tập của mình ngày còn học những lớp thiệt nhỏ ở Tiểu học. Một cảm giác thân thương, vui mừng như gặp lại ngay nội tâm của mình khi đọc những tác phẩm của ông từ lâu lâu lắm.

Ông Bình Nguyên Lộc tới Mỹ với tâm trạng của người lớn tuổi, không thích hợp với cuộc sống ở đây, ông cảm thấy cô đơn, ông cảm thấy cần chia sẻ với người viết mới những suy nghĩ và kinh nghiệm của mình, nên ông liên lạc thường xuyên với nhiều người. Thơ từ đến, ông hăng hái trả lời. Điện thoại đến, ông vui vẻ nhận và tìm cách gọi lại. Chúng ta ở nước Mỹ đường xá xa xôi, chỉ có thơ từ và điện thoại, nhưng tôi biết thêm nhiều người xây đắp thêm tình cảm với ông ngoài cảm tình có sẵn vì ông đã là nhà văn của họ trong quá khứ bằng những liên lạc giao tình thân thiết đó.

Tôi giao thiệp với Ông trong khung cảnh như vậy. Ông là một thí dụ tốt về cách đối đãi, về lý tưởng và về mục đích ở đời, về bài học chăm chỉ làm việc vì sự gắn bó tình cảm với con đường đã vạch. Bất cứ một buổi chuyện trò nào, tôi cũng học được ở ông về điều này điều khác, tiếp chuyện với ông luôn luôn với tâm trạng sợ rằng sau này sẽ không còn dịp...

Rồi ông đột ngột từ trần. Một cảm giác bùng vỡ như giữa một bản nhạc êm dịu, người chơi cao hứng khảy ngoài nhịp cố hữu vài âm điệu chói tai, có một sợi dây nào đó bỗng nhiên đứt, xoắn lại rung rung phát ra những âm thanh lạnh người kéo dài, đâm thủng không gian. Những tiếng o-o, vù-vù náo loạn trong đầu tôi khi nhà thơ Ngu Yên đánh thức dậy nửa đêm hớt hơ hớt hải báo tin Rừng Mắm đã vĩnh viễn nằm xuống.

Câu nói của ông với tôi hôm nào, lúc đó nhà văn Vũ Khắc Khoan mất: "Ảnh còn nhỏ hơn tôi" hiện ra tức thời. Tôi nhớ tới cả giọng nói của ông, một giọng nói thật bình thường, bình tĩnh, chân phương, không chút cao điệu - biểu lộ trong tiềm thức sự mừng rỡ nào đó rằng chưa tới phiên ta, cũng không trầm giọng, cảm thức bất lực trước hình bóng lảng vảng của Thần Chết.

Giọng ông có tiếc thương đó nhưng ta không tìm được tình cảm gì của ông ẩn sau câu nói.

Một người hơn 70 tuổi, nghe tin bạn mất, buồn cho bạn, nhưng không liên hệ gì hết giữa cái chết của bạn và cái chết của mình chắc chắn sẽ xảy ra trong một tương lai không xa lắm khiến tôi kính phục thái độ tri mệnh. Một hình ảnh Nguyễn Du trước khi chết với mấy tiếng tốt lắm, tốt lắm, một hình ảnh thiền sư đời Lý lúc đọc mấy câu kệ cuối đời!

Tôi còn nhớ mình đã lộng ngôn nói rằng ông còn sống hơn mười năm nữa. Lời an ủi đó có vẻ trẻ con và dư thừa. Ông nghe mà chỉ cười nhẹ. Ông không cần một ảo tưởng, ông không coi chuyện sống chết là quan trọng, ít nhứt là cho riêng ông. Khi người ta đã biết lẽ sống chết, khi người ta đã làm tròn bổn phận với cuộc sống, với chính mình thì đâu có gì quan trọng nữa kể cả sự có mặt thêm một khoảng thời gian trên đời.

Lời an ủi đã trở thành vô duyên mấy tháng sau, vô duyên như lời hứa của tôi đến thăm ông để thực hiện một cuộc phỏng vấn chi tiết về cuộc đời và văn nghiệp của mùa hè trước. Ông đã viết thơ chỉ đường rành rọt, nhưng tôi lại không thực hiện được. Trên một đại lục to rộng như nước Mỹ với cuộc sống trói buộc, bán từng giờ đời mình, hứa hẹn văn chương ít ai có thể làm tròn!

Tôi gởi đến ông tập truyện ngay khi được địa chỉ của ông, và ngày sau tôi gọi điện thoại xin hầu chuyện. Ông cảm ơn liền về quyển sách được tặng. Ông phát biểu về giá trị, về lối viết của tôi, nhiều truyện có vẻ tuỳ bút vì không có câu chuyện. Tôi dạ dạ! Bất đồng ý kiến giữa nhà văn với nhau đã có, huống hồ giữa hai người viết cách nhau quá xa! Điều đáng nói là ông đã phát biểu thành thật và đã đọc kỹ người đi sau.

Ông kịch liệt bác bỏ cách xưng hô bác-cháu viện dẫn trong gia đình văn nghệ tất cả là anh em, gọi nhau là anh tôi cho đúng truyền thống văn nghệ. Bác Cháu với người ngoài đời thôi. Tôi bối rối thiệt tình, tôi chưa đủ chuẩn bị để đón nhận một tấm tay mở rộng như vậy, tôi từ chối với lý do năm nào đó xa xưa lắm tôi và chị M. H., con gái út của ông cùng học một lớp ở Năm Dự Bị Văn Khoa Sàigòn lúc đó còn ở đường Nguyễn Trung Trực.

- Ừ! Sau đó nó đi Mỹ - Ông nói về người bạn đồng song của

tôi một lúc rồi cũng trở về vấn đề - Nhưng cái đó cũng không là lý do để kêu bằng bác. Mình kêu nhau bằng anh em cho nó thân mật nhen!

Tôi thích tiếng nhen từ đó. Ông luôn chấm dứt một câu dặn dò bằng tiếng nhen. "Mình phải viết cho hay nó nhen. Văn Nam kỳ hay lắm nếu mình nắm vững, mình phải khai thác sở trường của mình nhen. Nói không phải chia rẽ Bắc Nam nhưng người miền Nam ít viết văn, và có quan niệm là người mình viết không hay, vậy phải cố gắng viết sao cho hay, cho lột trần được bản sắc nơi mình sinh trưởng nhen. Anh em miền Bắc không hiểu nhiều về thái độ sống của con người mình... Nhiệm vụ mình là trình bày ra cho họ thấy, cho họ biết. Phải khơi dậy cái bản sắc Miền Nam nhen. Phải viết cho bảnh, viết cho chiến nhen! Quanh đi ngảnh lại mình có bao nhiêu người viết đâu. Phải cố gắng nó nhen!"

Tôi không để ý, và cũng không thể nhớ hết những điều ông nói. Tôi nắm cái đại ý phải cố gắng viết, trình bày cái đặc biệt đối với tôi là sở trường: tâm hồn -con người - ngôn ngữ Miền Nam. Tôi thường nghĩ về sở trường của mình và phát triển nó. Viết là điều tiên khởi, nhưng viết như thế nào, ngôn ngữ gì, nói lên điều gì là những điều tôi thường tự vấn mỗi khi muốn xây dựng truyện. Tôi lựa văn phong theo nhân vật, cần đi vào sự khúc mắc dằn vặt, suy tư, tôi dùng các từ chuẩn đang lưu hành, cần không khí bất cần, mộc mạc, tôi dùng những từ đã quen tai nghe, sống lúc nhỏ. Bạn bè khuyên tôi đi vào đường thứ hai, viết giọng Nam sau khi thích một vài truyện viết theo đường lối đó, nhưng thâm tâm tôi không thích: người viết thì dễ viết, người đọc dễ đọc. Tôi muốn có một sự đào xới nội tâm nhân vật, tối muốn người đọc thấy sự u uẩn của tâm hồn bằng phân tích hơn là trực giác. Điều này có thể đúng hoặc sai, nhưng đó là con đường tôi thích và tự chọn. Cho nên ông Bình Nguyên Lộc chỉ làm tôi tìm tòi cốt truyện hợp với văn Nam, nhưng không bỏ hẳn con đường mình đã vạch. Dầu sao cái nhãn đã dán, bạn bè vẫn nhìn mình như người chỉ viết văn Nam. Nhà văn Nguyễn Xuân Hoàng khi viết mấy dòng về tiểu sử tác giả "Ngày tháng bồng bềnh" ở bìa sau tập truyện đã thể hiện cái nhìn đó.

Tôi có ý định viết một bài phỏng vấn Bình Nguyên Lộc từ lâu, về những điều nảy ra bất chợt trong trí khi nói chuyện với ông qua điện thoại hay trong thơ trao đổi, nên thỉnh thoảng tôi ghi xuống giấy nội dung ý của ông, và nếu được, một vài từ đặc biệt Bình Nguyên Lộc xài trong lúc nói chuyện.

Một lần tôi xa gần gợi ý với ông rằng viết nhiều như ông trong hiện tại không tốt về mặt nội dung và cả hình thức. Với một nhà văn đã thành danh như ông vấn đề lượng không quan trọng nữa. Ông Bình Nguyên Lộc không tỏ ý giận lại giải thích thiệt từ tốn, như phân trần, thân mật như nói với bạn vong niên:

- Anh em mình nói với nhau nghe nhen, đâu có muốn viết nhiều, viết chậm truyện mới hay, nhưng anh em năn nỉ xin bài quá. Khó từ chối. Già rồi qua đây đâu giúp ích gì được cho con cháu. Viết nhiều vì hoàn cảnh bắt buộc thôi. Viết nhiều mà lâu thiệt lâu không thấy truyện nào thiệt bảnh cũng đâu có vui.

Tôi hối hận không phải ở cách đặt vấn đề của mình mà vì giọng nói sao đó của mình có vẻ trách móc khiến ông phải biện giải. Tôi chỉ đứng trên quan điểm của người quý nhà văn, tôi bần tiện như một ông nhà giàu cứ muốn có thêm những số tiền lớn mà quên đi yếu tố thực tế. Chạm đến thực tế ai cũng bất lực. Nhà văn là Thượng Đế đối với nhân vật nhưng chỉ là hòn đất sét trong tay người đời. Ông mới qua, lớn tuổi, không được khoẻ vì bệnh áp huyết. Bà ốm đau. Mặc cảm làm tội tình con cháu. Tôi lảng sang chuyện khác, về Kiều, về ngữ học, về một vài từ rặc ròng Nam, về những nhà văn hải ngoại. Ông góp ý trao đổi, nói cảm tưởng thiệt nhiều nhưng dè dặt khi phê bình tiêu cực những cây viết hiện tại.

Gần cuối lần nói chuyện hôm đó, ông Bình Nguyên Lộc trở về vấn đề tôi đặt ra lúc đầu:

- Tôi viết mỗi tuần 1, 2 truyện, tôi viết mau lâu rồi, viết như Sâm 3, 4 tháng một truyện làm sao sống. Viết mau nhưng mà phải viết tốt, không viết bậy, không viết tục tĩu, cũng có dạy đời đó, cũng có ẩn dụ triết lý hay tâm lý vậy nhưng không có thì giờ nghĩ cho sâu, trau chuốt câu văn cho sáng sủa. Bởi vậy viết hai ba chục bài mới mong thấy được một bài khá. Nói nhỏ Sâm nghe nhen, qua đây tới giờ chỉ mới có 4 bài vừa ý.

Tôi nhắc đến một bài trong Văn, một bài trong Văn học, ông đều phủ nhận, kể cả bài mà đài BBC tuyển đọc năm ngoái "Với cái giá phải chết".

- Hai bài đó được thôi, nghĩa là khá hơn bao nhiêu bài còn lại chút chút chứ chưa thiệt bảnh. Bốn bài tôi cho là thiệt bảnh ác hại lại được đăng ở các tờ báo ít tay để ý văn học được đọc.

Ông nhắc đến tên truyện đó và các tờ báo, tôi chỉ ghi được xuống giấy một truyện «Người hoả tinh» và một truyện đăng ở một tập san nào đó ở Âu châu, vì định bụng rằng trước sau gì mình cũng sẽ đọc và sẽ được thưởng thức khi ông cho xuất bản tập truyện viết ở Mỹ. Chắc chắn. Nếu ông không yêu cầu thì cũng có nhà xuất bản đề nghị. Lo gì. Anh Bình Nguyên Lộc, tiếc là tôi không ghi chú xuống giấy cẩn thận điều anh nói hôm đó. Tiếc quá! Bây giờ cố moi trí cũng không ra.

Nói chuyện với Bình Nguyên Lộc, tôi thường hỏi để hiểu rõ hơn về ông. Một lần tôi ngỏ ý rằng mình rất thích các truyện ngắn đầy hương vị đồng quê của ông đăng mỗi kỳ 1 truyện trong tạp chí Hương Quê (hay Sáng Dội Miền Nam?), Bình Nguyên Lộc cho biết ông ký khế ước với tờ báo nầy 2 năm, đó là tờ báo được tài trợ nhưng họ bảo viết:

1- Không chống Cộng.

2- Viết về miền quê, không viết về chuyện thị thành.

Và ông đã dùng những điều đã thấy đã nghe trước đây để cấu tạo truyện. Các truyện này theo ông đã thành công đối với người dân quê. Họ rất thích. Bằng cớ là ba người viết ở mục này trước sau, Bình Nguyên Lộc đã viết lâu nhứt (2 năm) trong khi đó Sơn Nam chỉ viết được 1 năm rưỡi. Triệu Công Minh chỉ được ký có 6 tháng.

- Tuy là viết theo khế ước, nhưng mình được viết tự do. Nói thiệt nhen, nếu mà họ bắt buộc mình viết theo ý họ để mình mất hết tự do thì tôi đâu có cộng tác lâu. Nhà văn, họ đưa ra con đường đại cương mình theo đã là mất tự do rồi.

Tuy vậy được hỏi họ có sửa chữa và từ chối truyện nào không, ông Bình Nguyên Lộc đã nói đại ý là viết về miền quê ông cảm thấy mình viết thiệt tình (ý ông muốn nói không có làm văn chương?)

- Không cảm thấy gượng ép và họ cũng không có ý gì chống, trừ một truyện ngắn viết về phân hoá học, họ có bôi bỏ vài hàng vì nghĩ rằng bất lợi cho việc canh nông lúc đó vốn dùng nhiều phân hoá học. “Nghĩ cũng phải!”.

Tôi thương mấy tiếng đó của ông, thái độ dung dị, khoan hoà biết điều gì thuộc về mình và điều gì thuộc về người. Một thái độ đạt nhân và hiền hoà lắm mới như vậy đối với văn của mình, bị gạt bỏ không vì lý do văn chương!

Được hỏi về các tác giả hải ngoại, Bình Nguyên Lộc tránh né:

- Nói thì tui nói, mình nghe với nhau thôi nhen, viết ra nói ông Bình Nguyên Lộc chê người này người kia thì... không tốt.

Tôi không muốn ghi lại đoạn đó. Riêng về đoạn ông khen, ông nhắc đến hai nhà văn, một nam một nữ:

- Kiệt Tấn viết hay lắm. Truyện “Đêm Cỏ Tuyết” rất xúc động và rất thiệt. Kiệt Tấn chịu khó một chút nữa thì truyện sẽ tuyệt vời, bỏ đi đoạn thằng anh vô làm bậy với cô Tuyết. Truyện phải làm cho độc giả thương nhân vật từ đầu đến cuối, cho nhân vật có cái to, lớn. Chuyện Tuyết không phản đối thằng anh làm cho độc giả hơi mất cảm tình với cô ta, không nổi bật được sự to lớn của Tuyết trong tình yêu.

- Trần Diệu Hằng: Cô này thì tài quá. Truyện nào của cô ta cũng hay, truyện “tầm bậy” của cô ta cũng hay. Chữ tầm bậy tôi hiểu Bình Nguyên Lộc muốn nói đến cốt truyện không có gì đặc sắc, ý tưởng không có gì mới lạ.

Xa hơn, Bình Nguyên Lộc nói thêm Lệ Hằng trước đây, truyện thì tầm bậy nhưng văn quá hay, vì vậy văn – ông muốn nói là tài sử dụng văn, là ngòi bút và ngôn ngữ dùng nói chung- cũng là yếu tố quan trọng như nội dung.

- Marcel Proust: tư tưởng của ông ta không đáng kể nhưng văn thiệt là hay, ông ta là một vĩ nhân, một nhà văn lớn nhứt thế giới, nhờ ở văn của ông một phần chánh.

- Truyện Kiều của chúng ta phần nghệ thuật mới quan trọng chớ tư tưởng tài mệnh tương đố là tư tưởng ai cũng biết, đâu có gì lạ.

- Alphonse Daudet: tư tưởng thủ cựu nhưng văn hay, trái

lại Guy De Maupassant thì câu chuyện lại hay.

Văn chương nó có cái lạ lắm. Mình đọc của người khác thấy cách dùng chữ bất ngờ của họ hay quá làm mình giựt mình. Chẳng hạn như Nguyễn Du "Nửa năm hương lửa... động lòng bốn phương. Các chữ "động lòng bốn phương" là mình phải ngạc nhiên và thán phục. Ngày xưa người viết có thời giờ gò từng chữ từng câu. Đời nay muốn gò cũng không có thời giờ gò. Bây giờ mọi việc đều phải vội vàng.

Tập truyện Nhốt gió (1951) của Bình Nguyên Lộc tạo thắc mắc trong tôi một thời, (khoảng 1959) khi tôi bắt đầu để ý giai đoạn văn chương tranh đấu ở Nam Bộ khoảng 1945-1950. Nhốt Gió dẫn người đọc đến kết luận có những việc biết khó, không làm được, có vẻ lấp trời vá biển (làm sao nhốt gió lại được) vậy mà người ta vẫn làm. Thái độ không chịu thua hoàn cảnh đó liên quan gì đến chuyện lên đường chống Pháp? Truyện "Lò chén chòm sao" đưa độc giả đến nỗi xao xuyến bâng khuâng về một vùng quê hương trong tâm tưởng, cái quên hương lưu thông trong huyết quản ta, có thể ta chưa gặp đó (quê ngoại/quê cha?) nhưng thân thiết vô cùng. Người thợ Minh hương vẽ trang trí trên chén trong một lò hầm chén, một hôm nhớ quê mẹ ở tận phương trời xa nên trút hết lòng nhớ quê trên nét vẽ một chòm sao. Truyện tiên đoán (?) tâm trạng con cháu chúng ta sau nầy bỗng một ngày nào đó ngồi trong xưởng nhớ về đất tổ quê cha chỉ nghe nói nhưng chưa bao giờ đặt chưn tới.

Những tình tự này cổ võ lòng yêu nước chăng? Muốn nhắn nhủ chăng người đọc về một sự dứt bỏ hết những ràng buộc áo cơm để ra đi bảo vệ quê hương, chống nhau với thực dân Pháp lúc đó chăng?

Đặt vấn đề như vậy vì sau 1950 giai đoạn văn chương chống Pháp ở trong Nam đã chấm dứt. Trong giai đoạn nền văn chương nầy cực thịnh (1945-1950) nhà văn viết thẳng, viết rõ, ngụ ý nếu có cũng không xa đến vậy. Điều Bình Nguyên Lộc viết ra là một nỗi lòng, một tình cảm nội tại khác với lòng yêu nước là một tình cảm có được do những chứng kiến chuyện xảy ra bên ngoài cá nhân. Có thể Nhốt Gió là hình thức văn chương chống Pháp biến dạng, tình tự dân tộc được nhắc đến nhưng xa lần những điều được trình bày mấy năm trước đó bởi các nhà văn thời nẩy: Vũ Anh Khanh - Lý Văn Sâm,... Một tư trào văn nghệ đã qua, lác đác một vài tác phẩm cuối mùa không nằm trong con đường chánh cũng là điều dễ hiểu. Xét con đường dài viết lách trong toàn bộ sự nghiệp của Bình Nguyên Lộc, tổng quan ta thấy tác giả khai triển một thái độ tâm lý, một cảm giác, một tình cảm. Man mác trong đó đoạn đầu (1950) và cuối (1986) các tình cảm nầy liên hệ xa gần đến dân tộc quê hương nhưng không phải là lời buộc tội bọn đã làm ta mất nước.

Ông không kêu gọi lên đường làm một cái gì, ông không vẽ ra điều xấu của địch. Ông nói về tâm trạng của ta, của dân. Do đó tác phẩm của Bình Nguyên Lộc năm 1950 và năm 1986 đều thuần tuý văn chương. So sánh với văn chương hải ngoại, Bình Nguyên Lộc về ý tưởng nằm gần Mai Thảo, ông không ở lớp chống Cộng như Nhật Tiến, Nguyễn Ngọc Ngạn, Võ Kỳ Điền, Nguyễn Văn Sâm, Đặng Phùng Quân,... ông không ở cực đối nghịch kiểu Mặc Đỗ, Hồ Trường An, Huyền Châu, thời thế chiếm phần quá ít trong tác phẩm. Ta gặp kiểu «Lò chén chùm sao» của Bình Nguyên Lộc ở Mỹ qua «Cái giá phải chết», thế thôi, một tâm trạng người xa xứ không buộc tội ai, không chế giễu ai, không vạch trần lỗi ai...

Tôi nghĩ nhà văn hải ngoại ai cũng lấy để tài xa gần từ những hoàn cảnh, nghịch cảnh mà chính họ là nhơn vật hay từng chứng kiến để viết, để diễn tả tâm trạng của nhơn vật. Nhưng (1). có nhà văn viết và coi như bài viết của mình như một phương tiện đấu tranh chánh trị của người lưu vong. Và (2) những nhà văn coi tác phẩm của mình như một cách thế diễn tả văn chương.

Mỗi nhà văn một cách viết, một cách chọn đề tài, không có vấn đề đúng sai - về mặt văn chương - của sự lựa chọn nầy.

Từ 1951-1975 Bình Nguyên Lộc vẫn đi theo lộ trình ông vạch sẵn: Mô tả tâm lý người đời, phản ứng con người trước hoàn cảnh. Những truyện hay của ông nằm trong dạng đó: Mối tình đầu, Rừng mắm , Ba con cáo, Pí-Bế Hán, Đò dọc,...

Bình Nguyên Lộc viết thật nhiều, nhưng không thành công ở truyện dài. Truyện dài của ông đầy rẫy đối thoại, vết tích còn lại của những truyện đăng báo từng kỳ. Ông lại mắc phải điều hay giải thích nầy nọ để hướng dẫn độc giả (xem Tì vết tâm linh), trong truyện dài ông giải thích quá nhiều lần nên độc giả dễ chán, người ta đọc tưởng mình đọc sách giáo khoa hơn là đang thưởng thức một tác phẩm văn chương. Truyện ngắn của ông thành công hơn, nhưng tỷ số truyện thành công và truyện trung bình quá nhỏ có lẽ vì ông viết mau và chủ trương viết nhiều. Tập "Tâm trạng hồng" có nhiều truyện ý hay không kém Ba con cáo, Rừng mắm nhưng đã bị đi vào lãng quên vì văn bình thường và nhiều dẫn giải lê thê.

Một đời người viết văn để lại vài ba truyện trở thành cổ điển, tôi cho rằng như vậy là được rồi, lâu đài văn học không phải một vài người mà xây được. Mỗi người góp phần mình vài ba hòn đá, vài ba viên gạch. Điều quan yếu là cái tình của người viết với văn chương, coi chuyện viết, chuyện đọc là lẽ sống, là con đường mình chịu và nhứt quyết theo đuổi. Bình Nguyên Lộc để lại cho chúng ta độ 10 truyện ngắn tới, nhưng thái độ sống của ông đã là tấm gương sáng cho tôi.

Trả lời một thắc mắc của tôi về đời sống thực tế và chuyện viết văn, ông đã nói, thật chân thành:

- Tui nói anh nghe nhen! Biết rằng không ai có thể trở lại cuộc đời mình lần nữa, nhưng mà nếu làm được chuyện đó, tôi vẫn chọn viết văn. Tôi biết anh còn trẻ nên băn khoăn về tương lai. Làm gì làm nhen, cũng không nên bỏ chuyện viết văn...

Vâng thưa anh Bình Nguyên Lộc, biết rằng Anh đã là người của văn học, của lịch sử Việt Nam, nhưng xin được một lần chót gọi bằng Anh, tôi xin thưa: "Làm gì thì làm tôi cũng không bỏ chuyện viết văn. Khi nào buồn chán tôi sẽ nhìn lại Anh như là một gương sáng, viết cho đến ngày chót đời mình".

(Trích lại từ tạp chí Văn Học CA, Hoa Kỳ số 16, 1987)

NGUYỄN VĂN SÂM

TRẦN VĂN TÍCH
Long thành cầm giả ca
(kỳ 1)

Trong thời gian từ đầu năm 1813 đến đầu năm 1814, Nguyễn Du lãnh chức Chánh sứ cầm đầu phái đoàn ngoại giao nhà Nguyễn sang nhà Thanh. Như một số các quan chức những vương triều Việt nam khi làm bổn phận sứ thần ra nước ngoài, Nguyễn Du sáng tác một số bài thơ được thu góp lại thành tập Bắc hành tạp lục. Phần lớn các bài trong tập là thơ luật cận thể hoặc cổ thể, câu thơ thất ngôn hoặc ngũ ngôn, bài thơ thường là bát cú nhưng cũng có một vài bài thuộc thể trường thiên tức là thể ca thể hành. Lối chừng một chục bài ở đầu tập được tác giả viết trên lãnh thổ quốc gia, theo đường đi từ kinh đô Huế đến cửa Nam quan. Đề tài ngâm vịnh là cảnh vật và nhân vật Việt nam, trong số có bốn bài viết về cố đô Thăng long mà Long thành cầm giả ca có thể được xem như xuất sắc nhất. Thi bá trình bày cái nhìn xót xa về thế sự phù trầm và tấc lòng thương mến thành thật số phận con người. Phần còn lại, trên một trăm hai mươi bài, được thai nghén trên đất nhà Thanh, lấy đề tài từ quá khứ và hiện tại Trung hoa.

Thể tài ca hành

Ca hành là thể thơ cổ phong tự sự do cổ Nhạc phủ phát triển hình thành. Khái niệm Nhạc phủ là một khái niệm bao quát. Vương Chước đời Tống trong Bích kê mạn chí cho rằng Nhạc phủ là loại thơ có thể phối vào âm nhạc để ca hát và qui tụ cả ca lẫn dao, cả ngâm lẫn dẫn, cả hành lẫn khúc. Thơ cổ phong còn gọi là thơ cổ thể. Đó là một khái niệm phân loại học có nội dung khá rộng rãi, bao gồm những bài thơ sáng tác trước đời Đường nhưng đồng thời cũng qui tụ cả các bài thơ trong và sau đời Đường mà không theo niêm luật chặt chẽ của thơ Đường luật (thơ Đường luật còn được gọi là thơ cận thể). Số câu trong bài cổ phong không hạn định. Có bài chỉ có bốn câu và gọi là cổ tuyệt;

có bài rất dài – và trong trường hợp này thì gọi là ca hay hành – như bài Trường hận ca của Bạch Cư Dị, bài Mao ốc vi thu phong sở phá ca của Đỗ Phủ; hoặc bài Tỳ bà hành của Bạch Cư Dị, bài Hiệp khách hành của Lý Bạch. Trong Văn thể minh biện, Từ Sư Đạo đời Minh giải thích rằng khi để tình cảm phóng túng viết ra bài dài không có phương hướng rõ rệt thì gọi là ca, khi hành văn giống ngựa chạy sải vó không ngừng nghỉ thì gọi là hành; nếu kiêm cả hai đặc tính vừa kể thì gọi là ca hành. Tuy nhiên chính thức được giới vận dụng và nghiên cứu văn học mệnh danh là ca hành thể với hàm nghĩa chuyên biệt thì chỉ bắt đầu từ đời Đường. Theo Đường ngôn thẩm thể của Tiền Mộc Anh đời Đường, ca hành vốn có gốc nguồn từ Nhạc phủ, và tổ hợp từ này nhằm chỉ một thi loại vịnh vật chỉ sự; trong trường hợp thơ thất ngôn và trường đoản cú không dùng để tài cổ thì thường gọi là ca hành. Vì ca và hành nguyên là danh xưng chuyên dùng của thơ Nhạc phủ, như các tên gọi Cổ ca, Ba ca hoặc Lũng tây hành, Phụ bệnh hành v.v.. Ca hành khác với Nhạc phủ ở chỗ không thể phối hợp với âm nhạc và không tập theo để tài cổ.(1)

Đời Tống, Mỹ Quỳ định nghĩa trong Bạch thạch thi thoại : thể thơ lưu loát như lối viết hành thư (2) thì gọi là hành, khi phóng tình viết nên lời thì gọi là ca, nếu kiêm cả hai thì gọi là ca hành. Cũng đời Tống, Triệu Đức Thao, tác giả Bắc song chích quả cho rằng phong cách sáng tác phóng khoáng, không gò bó là một trong những đặc tính của thể hành. Về hình thức, ca hành có độ dài linh hoạt tự do; về bố cục, ca hành thoát vòng câu thúc của cách luật; về thể loại, ca hành phần lớn chủ yếu cơ bản là thơ thất ngôn. Sở dĩ như thế là để dễ dàng vừa tự sự vừa trữ tình. Nhưng ca hành cũng hay kiêm dùng cả tạp ngôn, thỉnh thoảng còn xen cả câu thức tản văn và ngữ khí từ. Ca hành có thể thay đổi vần ở giữa bài, lại không bó buộc bằng trắc nên thích dụng để thoải mái diễn tả tình cảm, không bị gò ép. Số chữ trong từng câu của ca hành cũng thay đổi. Thông thường câu thơ cổ phong có năm chữ hay bảy chữ nhưng cũng có bài số chữ trong từng câu nhiều ít khác nhau, nên gọi là tạp ngôn thi. Riêng đối với Nguyễn Du, Sở kiến hành là một bài cổ phong năm chữ, Phản chiêu hồn là một bài cổ phong bảy chữ; còn Long thành cầm giả ca vì có số chữ trong các câu không đều nhau nên thuộc thể loại tạp ngôn thi. Về vần, thơ cổ phong có thể dùng nguyên một vần, toàn vần bằng hay toàn vần trắc (độc vận) hoặc có thể xen kẽ bằng trắc hay dùng nhiều vần thay đổi nhau (chuyển vận, hoán vận). Chỉnh thể tác phẩm vì vậy có thể do mấy vần kết hợp thành bài như bài Binh xa hành của Đỗ Phủ nhiều lần thay đổi vần ở giữa bài. Long thành cầm giả ca cũng vậy. Về sự sắp xếp thanh âm, nói chung thơ cổ phong lấy việc tránh nhập luật làm nguyên tắc, từ đó vô hình trung tạo nên một kiểu cách sắp xếp riêng về thanh âm. Thật vậy, nếu ở thơ Đường luật, tiết tấu của câu thơ ở đòn cân thanh điệu (tức chữ thứ hai, thứ tư, thứ sáu) lấy bằng trắc thay thế làm nguyên tắc thì ở thơ cổ phong tiết tấu ở các chữ đó lấy điệp bình hay điệp trắc làm nguyên tắc, thậm chí có lúc ba, bốn chữ đều bình hay trắc. Chẳng hạn hai câu trong bài Thái bình mại ca giả của Nguyễn Du :

Văn thị thành ngoại lão khất tử,
Mại ca khất tiền cùng thần suy.

Tổ chức văn bản thi ca theo cung cách đó, nhà thơ tạo thêm âm hưởng, tăng thêm tiếng vang trong thơ. Đó là trường hợp hai câu mở đầu bài Trường can hành của Lý Bạch :

Thiếp phát sơ phú ngạch,
Chiết hoa môn tiền kịch.

với câu trên chỉ có một chữ sơ bình thanh nằm lọt giữa bốn chữ khứ thanh và với câu dưới chứa hai chữ khứ thanh đóng khung ba chữ bình thanh. Ngoài ra, nếu ở thơ Đường luật, nguyên tắc là thanh của chữ thứ năm ngược với thanh của chữ cuối câu, thì ở thơ cổ phong thanh ở chữ thứ năm thường giống với thanh của chữ cuối câu. Thơ cổ phong còn có thể dùng luôn ba thanh trắc ở cuối câu và đặc biệt thích dùng lối tam bình điệu, tức ba chữ cuối câu đều bằng. Hầu hết những câu số chẵn trong bài Phản chiêu hồn của Nguyễn Du đều theo thể thức bố trí từ vựng này.

Thơ phản ảnh cuộc sống, thể hiện tâm trạng, ký thác cảm xúc. Tùy theo mục đích phân tích nghiên cứu, chúng ta có thể phân loại thơ theo những tiêu chuẩn khác nhau. Nếu dựa vào phương thức phản ảnh thì chúng ta có thơ trữ tình và thơ tự sự.

Mà ca hành thường được xem là thể thơ tự sự thích hợp nhất. Do bố cục dài hơi, do kết cấu phóng khoáng, ca hành là thi ca trường thiên hội đủ điều kiện thuận lợi để trình bày tình tiết : "a long poem written in the ancient style is clearly provided with the mechanisms necessary to develop a plot and with the other elements required of the narrative."(3)

Trong tác phẩm văn học tự sự, hành động và tâm tư nhân vật được nhà văn nhà thơ thể hiện bằng nhiều cách : kể lại hoàn cảnh hành trạng nhân vật bằng ngôn ngữ người kể chuyện, kể lại hoàn cảnh hành trạng nhân vật này qua ngôn ngữ nhân vật khác, dựng lại hoàn cảnh hành trạng nhân vật một cách cụ thể qua một đoạn văn đoạn thơ miêu tả tường thuật v.v.. Nhưng khi miêu tả hay tường thuật cuộc sống, tâm trạng nhân vật, nhà văn nhà thơ thường gắn liền với những biểu hiện nội tâm tương ứng. Đằng sau mỗi nhân vật văn học bao giờ cũng là một tâm sự hoặc một động cơ do lý tưởng, tâm thức nhà văn nhà thơ chi phối. Cho nên văn sĩ thi sĩ thường vận dụng nội tâm để lý giải hành động, hoàn cảnh và/hoặc sử dụng hành động, hoàn cảnh để làm sáng tỏ nội tâm.

Thi nhân và ca kỹ

Mang tài hay sắc vào cuộc đời, tài tử và giai nhân tuy dường như được tạo hoá ưu đãi, nhưng số phận của họ thông thường lại không tương xứng với cái mà họ có; và vì cùng là nòi tình nên họ lại càng cảm nhận định mệnh sâu sắc hơn, do đó, đau khổ, ê chề hơn. Như một thứ đồ chơi của kiếp vận trong tay con tạo hay đố kỵ, kẻ đa tài và khách hồng nhan dễ gặp nỗi phong sương, phiêu bạc, giang hồ, viễn trích. Dường như người tài sắc dễ sống cảnh ngộ hẩm hiu. Cho nên giữa họ tự nhiên có mối ràng buộc tương liên, đặc biệt là khi xét về thi tài và thanh sắc. Thời nào thi sĩ cũng giao thiệp gắn bó với ca nhi. Ca nhi giữ địa vị nhiều khi rất quan trọng trong thi ca. Họ có công gợi hứng cho thi nhân, họ trình bày những sáng tác của thi sĩ. Mỹ nhân đàn tỳ bà cho Vi Tiểu Bảo nghe trong Lộc đỉnh ký là ca kỹ Trần Viên Viên, đối tượng mô tả của kiệt tác Viên Viên khúc mà tác giả là Ngô Vĩ Nghiệp. Nguyễn Du, Nguyễn Công Trứ, Nguyễn Khuyến, Tú Xương,

Dương Khuê, Chu Mạnh Trinh, Tản Đà v.v..có thói quen làm thơ để cho các cô đào Lựu, Hồng, Tuyết, Cúc v.v..nhịp phách ngâm nga. Đó là một hình thức sinh hoạt rất quen thuộc của nhà nho, mà đa số vốn sính làm thơ. Và khi làm thơ xong thì hoặc các tác giả cùng bè bạn tự ngâm để thưởng thức với nhau hoặc giao cho ca nhi hát. Đã có những mối tình trăng hoa chim chuột lá gió cành chim nơi hành viện ca lâu, nhưng cũng đã có những duyên nợ keo sơn bền chặt với lắm khi con đàn cháu đống. Cùng với sáu bà trắc thất kế thất của Nguyễn Nghiễm, thân mẫu Nguyễn Du nếu không phải xuất thân ca kỹ thì cũng vì các bà có chút nhan sắc mà trở thành vợ lẽ nàng hầu của quan tể tướng. Mẹ và em gái Tản Đà đều là ả đào. Thời vua Lê chúa Trịnh, từng có ca nhi được phong đến Vương phi. Trên danh nghĩa, các bà các cô là nữ ca sĩ, nếu muốn gọi theo tiếng Việt hiện đại, nhưng trong thực tế, cung cách hành nghề của chư vị lắm khi đi rất xa câu ca tiếng hát. Đạm Tiên nàng ấy xưa là ca nhi, nhưng hành trạng của nàng đã cung cấp cho một nhà nho khắc nghiệt đủ dữ kiện lý lịch để gay gắt kêu nàng là con đĩ Đạm.

Thuở nhỏ từng ở với ông anh cả ham thích hát xướng, lúc còn hàn vi thường đi hát phường vải, Nguyễn Du đã dành cho phụ nữ nhiều giấy mực, đã rước mời họ vào những ngâm khúc, những ca hành, những đoạn trường tân thanh. Tố Như xót thương cho số phần người đào hát cũ của em :

Hồng tụ tằng văn ca uyển chuyển,
Bạch đầu tương kiến khốc lưu ly.
Phúc bồn dĩ hĩ nan thu thủy,
Đoạn ngẫu thương tai vị tuyệt ti!
(Ngộ gia đệ cựu ca cơ)
(Từng nghe giọng ca uyển chuyển khi mặc áo hồng,
Nay đầu bạc gặp nhau, khóc than nỗi lưu ly.
Chậu nước đổ thế là thôi, khó lòng vét lại,
Ngó sen đứt, thương thay, tơ vẫn còn vương)
(Gặp người hát cũ của em)

Thế rồi ca ngợi nhan sắc người ca nữ đất La thành (Nghệ an), Nguyễn Du lấy đó làm cớ để xót xa cho số mệnh của nàng, sống chẳng biết cậy nhờ vào ai nên đành xuống tuyền đài tìm

khách tri kỷ :
Nhất chi nùng diễm há bồng doanh,
Xuân sắc yên nhiên động lục thành.
Thiên hạ hà nhân liên bạc mệnh,
Trủng trung ưng tự hối phù sinh.
(Điếu La thành ca giả)
(Một cành hoa đẹp thắm từ cõi tiên xuống,
Sắc xuân lộng lẫy rung động sáu thành.
Thiên hạ ai người thương kẻ bạc mệnh,
Trong mồ chắc cũng hối hận cho kiếp phù sinh)
(Viếng ca nữ đất La thành)
Ngay khi nhìn đài Đồng tước, suy tưởng mông lung về sự nghiệp công danh ở đời, Nguyễn Du cũng không bỏ qua những người vũ nữ ca nhi ngày nào hầu hạ Ngụy Vũ đế :
Ngọc Long, Kim Phụng tẫn mang mang,
Hà huống đài trung ca vũ kỹ!
(Đồng tước đài)
(Lầu Ngọc Long, lầu Kim Phụng đều không còn dấu vết,
Huống hồ các vũ nữ ca nhi ở trong đài!)
(Đài Đồng tước)

Rồi trong Truyện Kiều, Nguyễn Du đã chan hoà nước mắt nhỏ lên cuộc đời gian truân luân lạc của Thúy Kiều và qua Thúy Kiều, Nguyễn Du lại nhỏ nước mắt lên cuộc đời hồn ma bóng quế Đạm Tiên. Rồi trong Văn tế thập loại chúng sinh, Nguyễn Du đề cập đến những phụ nữ từng là nạn nhân của cuộc sống ăn chơi trong xã hội; họ là những người lỡ làng một kiếp đến nỗi phải liều tuổi xanh buôn nguyệt bán hoa, họ chẳng còn cái vẻ dầu sao thì cũng cao sang đài các của Thúy Kiều, Đạm Tiên; họ có vẻ là những cô gái hành nghề mại dâm thực sự :

Cũng có kẻ lỡ làng một kiếp,
Liều tuổi xanh buôn nguyệt bán hoa.
Ngẩn ngơ khi trở về già,
Ai chồng con tá biết là cậy ai?
Sống đã chịu một đời phiền não,
Thác lại nhờ hớp cháo lá đa.
Đau đớn thay phận đàn bà,

Kiếp sinh ra thế, biết là tại đâu?

Đau đớn thay phận đàn bà! Hai lần Nguyễn Du đã thống thiết kêu lên như thế, một lần trong Văn chiêu hồn, một lần trong Truyện Kiều. Và cả hai lần, đều cùng kêu lên nguyên văn như vậy! Nguyễn Du chẳng hề tự nhiên thương vay khóc mướn, chính Nguyễn Du đã từng tìm thú vui nơi xóm yên hoa, nghiêng nghiêng ngả ngả bên cô đầu nên tự nhiên đâm ra nặng lòng lân tuất đối với giới ca kỹ, những đồng nghiệp của chính mẹ mình :

Tịch thượng hữu kỹ kiều như hoa,
Hồ trung hữu tửu như kim ba.
Thúy quản ngọc tiêu hoãn cánh cấp,
Đắc cao ca xứ thả cao ca.
(Hành lạc từ)
(Trên chiếu tiệc có gái đẹp như hoa,
Trong vò có rượu quí như nổi sóng vàng.
Tiếng quản tiếng tiêu khi mau khi chậm,
Được dịp hát to cứ hát cho to)
(Bài từ hành lạc)

Cùng các thân hữu tìm đến giới ca nương để thưởng thức cung đàn giọng hát, danh sĩ và giai nhân thường cảm mến nhau qua những giờ phút tao ngộ vừa nặng tính cách nghệ thuật vừa vương sắc màu tính dục. Những mối tình chớm nở nơi hành viện ca lâu như vậy tuy thường là ngắn ngủi hay muộn màng nhưng trong rất nhiều trường hợp, đã tạo được các cảnh đời của những đôi lứa bên trời lận đận đi vào văn học thiên thu. Thân phận bạc mệnh của khách má hồng, những con người đem nghệ thuật xướng ca trang trải nỗi buồn thương cho giới tìm hoa là đề tài ngâm vịnh của nhiều thi nhân, đại gia. Người xưa không giấu mối liên lạc giao thiệp với tầng lớp chị em son phấn; trái lại chư vị còn coi đó là một phong cách hào hoa của văn nhân tài tử.

Bài Long thành cầm giả ca trong Bắc hành tạp lục là một đại biểu xứng đáng cho tâm trạng và suy nghĩ vừa mô tả của tiền nhân chúng ta.

TRẦN VĂN TÍCH

(còn tiếp kỳ 2)

VŨ HOÀNG THƯ

Nghe từ chăn không

góc chăn không
        đọng chân không
chỗ em để lại
nỗi mông mênh chiều
giữa quạnh hiu
        đượm yêu kiều
trong xa vắng
        gọi ít nhiều thiết thân

lõm chăn không
        vết chân trần
bước chia thường hiện
những lần phùng tao
rạng đông
        sương ghé buổi chào
lặng em thủy tích
        giọt đào ngấn trong

cuộn chăn không
        nếp gấp bòng
nhú đồi mộng mị
        khơi hồng lưu ly
từ trong nhau
có đôi khi
hợp tan bóng lạ
        tay ghì hư không

xếp chăn không
        rủ đèo bồng
tới lưng đèo
        thả mối bồng chân mây
thuở yêu em
ở chốn nầy
như cơn gió
với cuộc vầy nhân gian

VŨ HOÀNG THƯ

Tháng 5. 2013

SAN PHI
Ta Thơ Dại Tìm

Nghe trong gió tiếng anh cười
Để ta len nhẹ run chơi vơi tìm
Biết rằng có những lặng im
Cho ta gọi khẽ êm đềm riêng ta

Nghe như tháng đã đi xa
Ta còn ngồi lại nhìn ta thức mòn
Cho ta vay mộng gối chăn
Cho ta tìm thức đóa trăng khuyết gầy

Cho ta mượn chút hương ai
Thực hư, hư thực lẩn say tích tuồng
Từng trong khuya giọt mắt tuôn
Còn đâu nữa cái đêm buông xa rồi

Hình như gió chỉ rong chơi
Còn ta nhốt lại trong đôi mắt buồn
Ai còn thức nhìn ta không
Ta thì thức vá người còn trong ta

Hình như vạt nắng cũng già
Hình như trời đất đã quên ta rồi
Xuân non ngoảnh lại gương soi
Sợi thương sợi nhớ sợi côi cút lần
…
San Phi, 24,8,24.

THIỆN NGUYỄN
TẢN THƠ [NGỌN NÚI ĐÀO HOA 6] SAN PHI

"Gió muốn nói gì, sao cuốn vào ta buốt da thịt .
Mưa muốn nói gì, sao phủi sạch từng cánh hồng đào rơi ".
Trích; Ngọn Núi Đào Hoa

Tôi Phượt trong ngôn ngữ em, mê cung ảo và thật pha trộn lung linh giữa cõi đời thường, nhà thơ mở ra một lối mới, mê hoặc tha nhân, thơ vô cùng lãng mạn tình yêu thương mãnh liệt mỗi tình tiết của những thế giới siêu hình, có thể đẩy những cõi riêng biệt (thế giới thần tiên), trong thơ những hình ảnh, cảnh vật biến hiện như sương khói, dẫn người đọc vào thăm cung tình trường.

Sức sáng tạo kinh hồn, phục nàng San Phi với tuổi đời còn rất trẻ, nhưng bút lực nội công hàm dưỡng cao siêu.

"Ngày ta gặp anh, ngay tức khắc, ta nhận ra số phận đã an bài cuộc gặp gỡ định mệnh.

Duyên phận giữa ta và anh, kiếp trước có thể là rất sâu, trải qua bao kiếp sống ngàn năm vẫn hội ngộ tương phùng.

Ta ước thời gian ngừng lại để ta có thể đắm mình thật lâu vào vườn tình địa đàng, hư huyễn đến mê hồn, thật như đã hẹn nhau, từ tiền kiếp phải thế chăng?

Tận cùng sâu thẳm con tim nhớ nhung, cái nhớ quay quắt dường như lay động đất trời!".

Trích; Ngọn Núi Đào Hoa

Cái nhớ quay quắt dường như lay động đất trời, ta ước thời gian có thể dừng lại, bạn đọc thấy đó, ai mà không tan chảy với những ngôn từ trên, ma mị như rắc bùa mê, Hàng ngàn năm qua, những triết thuyết, khoa học, văn chương, xã hội...tôi đã đọc nhiều, tôi vẫn cuốn nhìn say mê với công trình của tác giả San Phi.

Cái bản lĩnh của em là giám đổi mới linh động pha trộn ngôn ngữ tân kỳ giữa hiện đại và hậu hiện đại vượt thoát, em vẽ nên bức tranh vô cùng sống động, cõi thơ hành tràn phù ảo mộng liêu trai.

"Khi nỗi cô đơn giằng xé cứa rát lòng ta rưng rưng. Cầm mình ngập ngụa dòng chảy từng đêm tắm mình, không ào ạt mà rả rích, từng giọt, từng giọt, từng giọt, đủ ngấm, đủ đọa đày ngọn cỏ xanh non".

Trích; Ngọn Núi Đào Hoa

Nhẹ nhàng thôi, nhưng em gom đầy đủ cung bậc cảm xúc đẳng cấp của người cầm bút là đây, trí tuệ trong sự khéo léo, em dẫn dắt bạn đọc trải qua từng cung cảm xúc, bén sâu vào gốc rễ tâm hồn. Và đây cũng là đoạn thơ được rất nhiều nhà văn, nhà thơ, những cây bút có tên lão làng đánh giá cao.

Trích ; Ngọn Núi Đào Hoa [6]
Tác phẩm San Phi đoạt giải VHNT.

Thơ xưa về từ mong manh
Gieo vào đời ta hạt giống tình
Bút còn lưu hương nồng nàn
Uống mơ xa trăn trở đêm

Anh chuốc say ta bằng men mực
Như phép màu biến hóa đường tơ
Ta khát từng giọt mắt mơ hồ
Ước hẹn cùng tình lỡ làng trăng

Vị của muối và mật của xa xưa
Giọt bắn tình êm như khúc hát
Ta yêu dường như đôi chim lạc
Khẽ thôi …
Em sợ tan chiều.

Khoan nói đến từng câu thơ, chỉ một câu:
"Khẽ thôi
Em sợ (tiêu chàng) í lộn em sợ tan chiều".

Em đã tạo cảm tạo cảm hứng cho nhiều cây bút lớn trích thơ em, trong đó có Tôi nhà thơ Hoàng Xuân Sơn, và Phạm Quang Trung vv …

Và tạo cảm hứng cho anh nhạc sĩ Nhã Thanh phổ nhạc tích tắc trong một nốt nhạc. Chỉ "khẽ thôi". Thế nhưng bạn đọc cũng đủ hiểu lực hút của thơ em.

"Anh chuốc say em bằng men mực ".

Vâng! Chính là em đã chuốc say chúng tôi bằng men mực, là chuyện không thể bàn luận chối cãi.

Sự thật, chính tôi và nhiều người cầm Bút đã được thăng hoa cảm xúc với ngôn ngữ mà em đã (khe khẽ) xếp đầy tâm hồn, thơ phải là thế, phải cuốn hút như thế, phải linh động pha trộn sáng tạo như thế… tôi kết bạn với San Phi được khoảng 5 năm, Tôi phải thốt lên em là một tài năng hiếm, Cầm, Kỳ, Thi, Hoạ, em đều thông thạo đạt đến ngưỡng ai cũng mơ ước, em viết được nhiều thể loại khác nhau Thơ, Tản Thơ, Văn, truyện ngắn,vv… San Phi gần 2 năm đã góp mặt trên báo chí khắp mọi nơi, trong nước cũng như hải ngoại. Tuy em còn rất trẻ, qua ngôn ngữ, không riêng tôi mà tất những ai đã đọc em cũng phải giật mình thảng thốt, có thể nhìn thấy San Phi già dặn và chững chạc hơn rất nhiều so với tuổi. Theo cảm nhận của riêng tôi San Phi là một nhân tài quý hiếm của nền văn học Việt Nam.

San Phi cũng đóng góp khá nhiều tác phẩm khác cho nền văn hóa, văn học Việt Nam và Hải Ngoại

Tôi xin trích dẫn ở đây một số tác phẩm của em mà tôi may mắn được đọc, mỗi tác phẩm văn học được coi là đứa con tinh thần em chăm chút.

1.Tác phẩm Thơ đầu tiên in chung nhiều tác giả NXB Hội

Nhà văn [tổ ấm giữa miền xanh]

2. Tác phẩm Thơ [Tìm Dấu Thu An Trên Cung Khải Nguyên] tập in chung 2 tác giả Hoàng Xuân Sơn và San Phi do NXB Văn Học Mới bản đầu mang bút hiệu (Nguyên Thu)

Tái bản lần hai em lấy bút hiệu San Phi

3. Tác phẩm thơ Tản Thơ, Văn, nhận định văn học [Dấu Ấn Thời Gian] NXB Hội Nhà văn, in chung cũng 7 tác giả:Ngô Nguyên NGHIỄM, Hồng Băng , Hà Nguyên Du, Dũng Nguyên, Võ Thạnh Văn, Ngô Vĩnh Nguyên, San Phi

4.Tác phẩm Thơ [Lục Bát Nguyên Xuân] tập in chung 2 tác giải, Hoàng Xuân Sơn và San Phi.

5. Tác phẩm Tản Thơ [Ngọn Núi Đào Hoa] NXB Văn Học Mới

6. Tác phẩm thơ [Công Chúa Nhỏ] NXB Văn Học Mới tập in chung 2 tác giả Hà Nguyên Du và San Phi.

Một thi thoảng cảm nhận giữa đêm tôi mạo muội múa rìu qua mắt thợ, nói lên cảm nhận của mình, còn nhiều thiếu sót nhưng khả năng viết có hạn, tôi không thể hiện được hết những gì cần nói.

Chúc mừng tác giả San Phi xin chia sẻ cùng bạn đọc và bạn viết.

THIỆN NGUYỄN

Sài Gòn. Ngày 10 tháng 9 năm 2024

SA CHI LỆ

LÀM SAO HIỂU

Em chợt đến tình cờ như giấc mộng
Gói hành trang gia vị đắng nhiều cay
Thêm chút ngọt buồn vui chan kỷ niệm
Nếm truân chuyên thấm thía bóng cát gầy

Ai gõ cửa đời ta thời trăn trở
Đốt mùa xuân men triền dốc tương lai
Niềm tiếc nuối nô đùa không điểm tựa
Bước còng lưng nặng trĩu xót độc hài

Làm sao đếm thời gian qua tóc bạc
Làm sao đo những dối trá tình đời
Làm sao trốn bóng mình đêm hiu quạnh
Tiếng kinh cầu dần khuất sóng ra khơi…

Làm sao hiểu thì thầm trong mắt ngọc
Muốn nói gì khi môi chím nở hoa
Em thỏ thẻ mời ta ly rượu độc?
Men tình say mưa như lệ mi nhòa

SA CHI LỆ
2024

THU CANADA

Tình xưa lạnh dấu rêu phong
thở dài
tóc thu lay động
tuổi đời rung rưng
đưa tay em dựa bóng rừng
rừng chao mắt biếc trăng bồng
hư không

em về nghiêng vai
ôm thu gió gọi bên trời
hỏi mây còn nhớ một thời dấu yêu
buồn lên men chiều
sóng vỗ giấc hời xa

tên em cuộn lại thành rong biển
phảng phất hương nhài cõng tuyết sương
ta đứng đợi như hoa rơi theo sóng
em có bao giờ
cúi nhặt bóng tịch dương

ở nơi đó vầng trăng phơi lõa thể
ta gật gù tình tự mộng trăm năm
mười ngón tay thu vàng soi lối cũ
gót chân mây còn đọng chút tình câm

SA CHI LỆ
VÀO THU 2024

NGÔ NGUYÊN NGHIỄM

LÃO NGHỆ SĨ KHA THÙY CHÂU

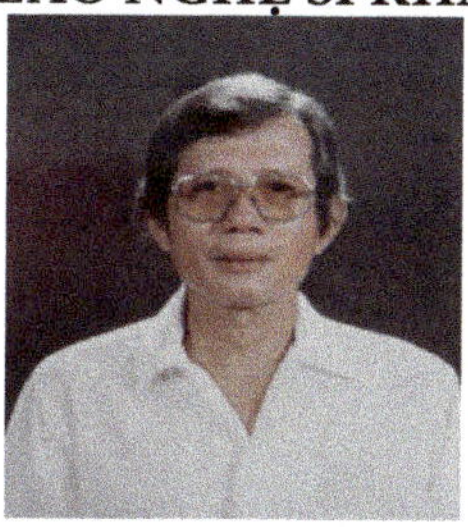

Chân dung KHA THÙY CHÂU
(Ảnh tư liệu tác giả)

Tiểu sử văn học: KHA THÙY CHÂU

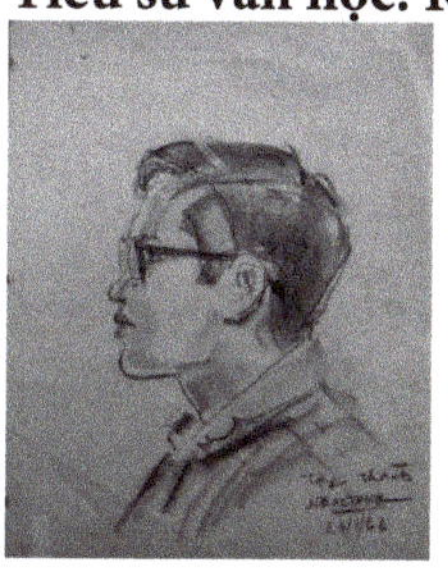

Tổ tiên gốc Gia Miêu Ngoại Trang, Phủ Hà Trung, huyên Tống Sơn, tỉnh Thanh Hóa
Ông Cố là Nguyễn Hữu Miên (tự Mên) vô Nam giữa cuối thế kỷ thứ XIX định cư, lấy vợ: bà Trần Thị Đến ở Mương Chùa, (Cái Tàu Thượng), làng hội An Đông, huyện Lấp Vò, tỉnh Sa Đéc.
Ông nội: Nguyễn Hữu Đức (tự Khỏe), bà nội: Võ Thị Tâm (hậu duệ của tướng Võ Tánh) người làng Tân Lộc Đông (tức Cù Lao Cát – Cần Thơ)
Cha: Nguyễn Tứ Hải, mẹ: Châu Tâm (Châu Thị Sấm), Cư ngụ ở vùng số 5, kinh Cái Sắn.
Tên họ thật: NGUYỄN TẤN THÀNH Sinh ngày 17.01.1932.
Quê quán Đồng Tháp

Thường trú: 23A – Lê Quý Đôn, phường 6, Quận 3. TP-HCM

Năm 1960, Kha Thùy Châu đã tốt nghiệp 4 bằng Điện Ảnh như sau:

1/ Ngành Camera (Quay phim).

2/ Ngành Animation (Hoạt hình, từ viết kịch bản tới hoàn thành phim)

3/ Ngành Arts of Motion Picture (Nghệ thuật Điện ảnh)

4/ Ngành The Role of Music in Televison & Motion Picture (Vai trò Âm nhạc trong Điện Ảnh)

Trước 1975, Ông làm việc tại Trung Tâm Quốc Gia Điện Ảnh:

1958, làm thêm ở Hãng Hoàn Kiếm Phim (chuyên nhập cảng phim).

Giám Đốc Nghệ Thuật Công ty Quảng cáo NAA (National Advertising Agency) và Công ty Quảng cáo Á Châu 1 của Ông Lê Gia Lâm.

1959, cùng Ông Nguyễn Danh Xương và Đoàn Châu Mậu mở Công ty Saigon Service Center (chuyên về du lịch).

1969, Hãng Đĩa hát Việt Nam & Asia (làm Cover design).

Làm Poster và Title (đen-trắng và màu) cho các Hãng Phim tư nhân.

Vẽ minh họa bìa các bản nhạc.

1958, làm Phim Son of The Sea (Đứa Con của Biển Cả, đạo diễn Jose Avalena)

1962, làm Phim truyện đầu tiên với Lê Hoàng Hoa

1965, Làm Phim Trương Chi Mỵ Nương (đạo diễn Mariam Bucher)

Dạy chuyên ngành ở:

Lớp Nghệ Thuật Ứng Dụng ở Trường VHQĐ

Mở Trường Văn Hóa Nghệ Thuật Bình Dân, cùng Nghiêm Phú Phát.

Mở lớp Tìm Hiểu Điện Ảnh (1970) tại Trung Tâm Nhân Xã (Centre Anthropologie) với Tài tử Ngọc Phu và Nguyễn Phúc Thọ.

Kha Thùy Châu áp dụng những sáng tạo đặc thù riêng biệt

như:

1960: Sử dụng mẫu tự Latin, áp dụng cho các Tựa Phim, dưới dạng chữ Fantasy và cách đánh dấu các chữ đặc biệt riêng Kha Thùy Châu. (Nhất là ở bìa các bài nhạc)

1970: Người đầu tiên áp dụng Hóa Trang theo Điện Ảnh để chụp ảnh màu cho các nghệ sĩ Cải Lương (Giống như các nghệ sĩ Điện Ảnh).

Sau 1975, Kha Thùy Châu công tác tại:

1/ Hãng Phim Giải Phóng (Làm đạo diễn phim Hoạt hình, và búp bê, làm Mỹ công Kỹ xảo…Ủy viên hội đồng Kỹ thuật, Ủy viên thường trực hội đồng KCS.)

2/ Giảng viên thỉnh giảng (Từ năm 1975-1980):

+ Trường Sân Khấu TPHCM

+ Trường Điện Ảnh TPHCM

Kha Thùy Châu nghỉ hưu năm 1996 đến nay.

Thủ bút chữ ký: KHA THÙY CHÂU

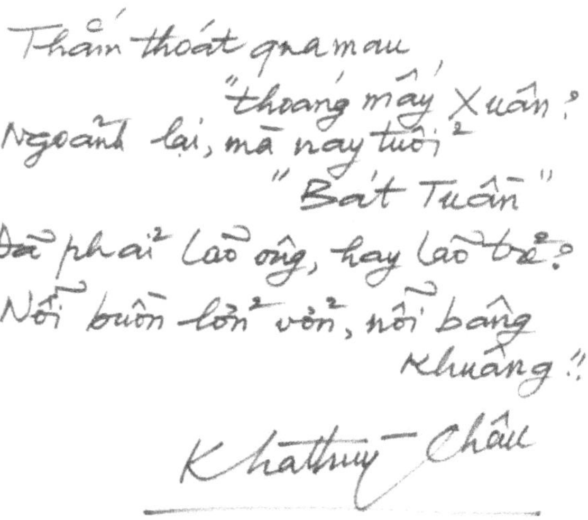

Tác phẩm tiêu biểu về Âm nhạc 1954-1975
KHA THÙY CHÂU

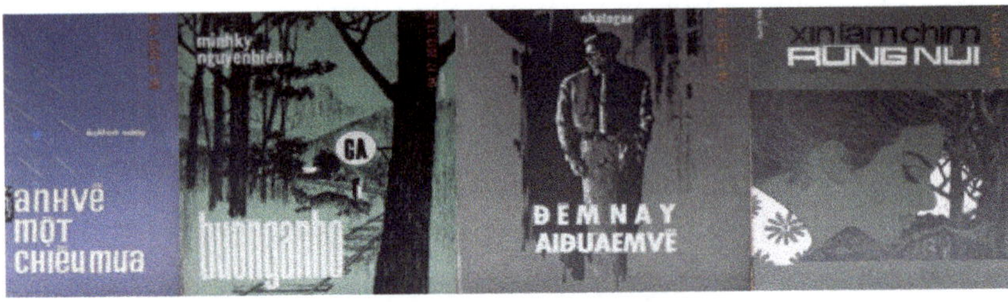

LÃO NGHỆ SĨ KHA THÙY CHÂU, CUỘC RONG CHƠI TÀI HOA TRÊN NGHỆ THUẬT
NGÔ NGUYÊN NGHIỄM

Hình ảnh hàng trăm họa phẩm cổ điển trên bìa nhạc bản trước mặt tôi, bỗng dưng xê dịch cả một khoảng không gian thời gian quá khứ hiện về. Lãng đãng trong một khung trời đầy ấp kỷ niệm của thời thơ mộng tuổi trẻ, chợt bùng lên sinh khí bất biến làm dao động cả một phương trời xa cũ nhớ mong. Thời khắc trôi qua nhanh như gió thoảng, tất cả hiện thể như khúc phim lãng bạt trôi nổi phù du trong suốt quãng đường đời nhân thế. Có thể cũng cần phải đọng lại trong tâm hồn thiện nghiệp của nhân gian những ảnh tượng trong suốt, đầy ấp những tinh hoa của nghệ thuật và kỷ niệm. Đời người như gió thoảng, những vói bắt lại hình bóng trôi nổi trong thời gian, họa chăng là một cuộc phiêu lưu không tưởng. Nhưng hình như trong những thế giới liền kề song song chúng ta, cũng nhiều phen hiện lên trong giấc ngủ đầy mộng mơ, của các nhả khoa học và văn nghệ sĩ. Ấn điển lưu trú trong tâm thức của khoa học là đem viễn mơ về hiện thực. Nhưng tính thuần tinh khiết của nghệ sĩ lại bắt chụp từ cái thực hóa thân, thành ảnh tượng chiêu hồn. Cái bất biến trong nghệ thuật là vậy, nên nhiều tác phẩm bất chợt dựng lại thành sân khấu hoạt hóa, làm xao xuyến trên cõi đi-về.

Bất cứ thế nhân nào, cũng ít nhiều treo trong tâm thức những kỷ niệm bất biến như thế. Tất cả, như những viên gạch mã não xây dựng từng khu đền đài vàng đá, kiến trúc vĩnh cửu trước thời gian, dù thời gian đã trôi qua, thời gian vừa hiện thể, hoặc thời gian sẽ lồng lộng ở tương lai. Những hình tượng xa xưa đè nén xấp lốp trong tiềm thức, chợt bùng nổ trong sát na, khi bất chợt có những diếu tố (enzym) duyên nghiệp tác động tình cờ vào công thức chuyển hóa.

Ngồi tao ngộ thanh tâm cùng những bằng hữu cao niên, cái gì nhắc nhở đến chuyện xưa cũng bất chợt như gieo từng bát nước trên đóa phong lan hồ điệp, khiến từng cánh hoa lung linh như hiện về cùng tiềm thức. Vài câu chữ trong Quốc Văn Giáo Khoa Thư, hầu như đánh động bàng hoàng cả thời thơ ấu bật dậy. Nghe văng vẳng đĩa hát hàng xóm, một bản nhạc tình khúc xa vắng ngày nào, diệu vợi vào giữa khuya chợt tỉnh giấc khiến hồn cố hương xao xuyến, lãng đãng như những bóng dáng cô hồn trôi nổi quạnh hiu.

Nhà nghệ sĩ lão thành Kha Thùy Châu với cung cách khiêm cung, chân chánh và trực tâm, mà tôi vô tình quen biết chọn mặt gởi vàng qua những tranh bìa kỳ thú, mà Ông trang trải trên những bản nhạc bất biến với thời gian khiến văn kỳ thinh, bất kiến kỳ hình. Phải chăng vì vậy, cũng như một họa phẩm đời thường, không có gì khác biệt với gió bụi thường hằng. Nhưng, bỗng nhiên trong một giây phút cần trực ngộ, thì sự giao tế nẩy là dấu ấn cần phải có trong đúng thời điểm, gọi là thuần duyên vậy. Sau nẩy giao tiếp nhau từ nhiều cuộc gặp gỡ trong những buổi trà đàm văn nghệ, quen dần hình ảnh chân phương chất đầy tính nhu hòa thanh lịch, những hiểu biết thông thái, nhất là tài hoa trên những bước đường rong chơi nghệ thuật. Hầu như, Ông chất chồng đầy rẫy những tài năng trên nhiều lãnh vực nghệ thuật. Sự khinh khoái tang bồng của người nghệ sĩ Kha Thùy Châu, lại là những nỗi đồng khí tương lân với nhiều bằng hữu văn nghệ trong cuộc giao thoa. Điều Kha Thùy Châu trao đổi với bạn bè văn chương, không bao giờ thể hiện hết bao quát những tài hoa sẵn có, từ thơ văn, điện ảnh, kịch bản, nhiếp ảnh… Nhưng nhiều thế hệ văn nghệ sĩ chung quanh Kha Thùy Châu, thể hiện kỳ diệu về Ông hình như chỉ trân trọng tán thán về cả ngàn tranh vẽ trên những bìa nhạc bản suốt thập kỷ 50 đến năm 1975. Tên tuổi Kha Thùy Châu vì vậy hầu như gắn liền với giai đoạn âm nhạc miền Nam trong thời kỳ hưng thịnh nầy, mà hiện nay các chương trình giới thiệu nhạc thời trước cho là giai đoạn kỳ diệu của một thời âm nhạc vượt thời gian.

Thời tuổi trẻ, ôm nhiều mơ mộng lãng bạt, dĩ nhiên ngoài thi ca, thì điều mà tôi tâm đắc và say mê cũng là hội họa - sân khấu - âm nhạc… Nhưng âm nhạc đến với tôi có vẻ lãng mạn hơn, gần gũi hơn nhiều cái say mê bộ môn khác. Hình như hàng tuần, tiền bạc tuổi học trò đều dồn sạch vào những bản nhạc vừa giới thiệu trên đài phát thanh Sài Gòn. Chính vậy, tôi đến sớm nhất với hàng ngàn bản nhạc tích lũy, mà hình ảnh tranh vẽ của họa sĩ Kha Thùy Châu, như một định mệnh thơ mộng dàn chặc trong tâm hồn. (Sau năm 1975, ca sĩ Trọng Khải thường trình diễn trên ban nhạc Tấn An với nhiều ca sĩ khác như Thanh Thúy, Phương Dung...trước khi định cư ở Mỹ muốn lưu giữ, nên tôi trân trọng ký gởi tất cả cho hiền hữu).

Nỗi nhớ của người văn nghệ, thì Kha Thùy Châu được định danh trên cột văn sử, bằng những bức tranh cổ điển vời vợi nỗi nhớ của một thời bất biến, trên hàng trăm hàng ngàn nhạc bản vượt thời gian như vậy của 20 năm xưa. Nhưng Ông vẫn xem đây như nghề bất đắc dĩ, vì chính thức chuyên ngành của Kha Thùy Châu là điện ảnh, nhiếp ảnh và thi ca. Anh Vương Tân, có nói rằng: “Con người Kha Thùy Châu là con người tài tử, con người của gió bụi của phiêu lãng và thơ đã tới với anh một cách thật tự nhiên: Anh đâu vào sa mạc/Mà từng cơn bão cát/Mãi cuồn cuộn trong lòng/Bão xé tan da thịt/Tung mù mịt hư không/Anh tìm em em hỡi/Giữa cõi đời mênh mông”. Kha Thùy Châu làm thơ như bàn chuyện đời, làm thơ như uống trà mỗi sáng với bạn bè thân hữu, bàn chuyện trên trời dưới biển, chuyện Đông Tây kim cổ, chuyện xưa chuyện nay, nhưng không phải vì vậy mà thơ Kha Thùy Châu thiếu súc tích. “Vạn Kiếp, Chi Lăng mãi vẫn còn/Âm ba vang vọng thúc từng cơn/Quên sao trận chiến vang lừng đó/Máu hận nào nguôi ngọn lửa hờn”. Kha Thùy Châu chơi thơ như thiên hạ chơi hoa chơi “kiểng” chăm chút vần điệu chữ nghĩa, như người chơi hoa thủy tiên gọt củ thủy tiên sao cho hoa nở đúng giờ giao thừa, cuộc chơi của Kha Thùy Châu khá công phu và những cố gắng của Kha Thùy Châu đã cho đời những vần thơ đẹp…

Sanh quán lão nghệ sĩ Kha Thùy Châu, làng Thanh Hòa huyện Giồng Riềng – tỉnh Rạch Giá. Tuổi 14 niên thiếu, Ông trôi dạt tới vùng Đốc Vàng (Đồng Tháp Mười) rồi về quê mẹ ở Thốt Nốt (Cần Thơ). Năm 19 tuổi (1951), Kha Thùy Châu lên Long Xuyên học trường trung học Thoại Ngọc Hầu, là học trò cưng của thầy dạy Việt Văn - nhà văn Nguyễn Hiến Lê.

Trước 1975, Kha Thùy Châu tốt nghiệp trường Điện Ảnh vào loại khá, nhưng nghiệp dĩ lại chuyển hướng đưa Ông bước vào hội họa, vẽ tranh bìa cho hàng trăm bản nhạc nổi tiếng xa xưa. Nhờ những phút giây đột nhiên tự tại như thế, Ông trở thành họa sĩ chính thức của nhà xuất bản Tinh Hoa, An Phú, Việt Nam & Asia…Từ cái danh đó, Kha Thùy Châu cũng được ưu ái trong những lần triển lãm chung với nhiều họa sĩ đương thời từ đầu thập niên 60.

Song song với hàng thập niên trôi nổi trong nghệ thuật, Kha Thùy Châu chỉ nghiêng về vẽ tranh bìa cho âm nhạc và bận bịu nhiều thời gian với máy quay, trong phim tài liệu và phim truyện do Trung tâm Điện Ảnh sản xuất… Ông kề vai sát cánh với nhiều nghệ sĩ tài danh lúc bấy giờ, như Đoàn Châu Mậu, Nghiêm Phú Phát, Tài tử Điện Ảnh Ngọc Phu, Nguyễn Long mở nhiều lớp hướng dẫn về điện ảnh, nghệ thuật ứng dụng, và làm phim với những đạo diễn trong và ngoài nước như Lê Hoàng Hoa, Jose Avalena, Mariam Bucher…

Sau 1975, Kha Thùy Châu về phụ trách giảng dạy tại trường Điện Ảnh Thành Phố, và trường Sân Khấu Thành Phố. Song song, trong hãng Phim Giải Phóng, Ông chuyển qua phụ trách làm phim hoạt hình, phim búp bê và chuyên về Mỹ công - Kỹ xảo, làm chuyên viên phòng kỹ thuật điện ảnh… Hầu như, những phim hoạt hình của hãng phim mà Ông phụ trách, từ những khâu kịch bản cho tới hoàn thiện những truyện phim hoạt hình từ đầu cho đến kết cuộc, đều do Kha Thùy Châu viết và thực hiện cùng với các họa sĩ trẻ.

Ngày tháng bay nhanh trên suốt ngõ ngách trần gian, cái có cái không không còn làm vướng bận người nghệ sĩ bước vào ngưỡng cửa thượng thọ, khinh khoái nghêu ngao lãng bạt trong thế sự. Lão nghệ sĩ Kha Thùy Châu đa tài rực rỡ với một kiến thức thâm sâu trong văn hóa văn nghệ, từ nghệ thuật thứ bảy đến nhiếp ảnh, thi ca… Ông còn sống trong lòng người ngưỡng mộ dĩ vãng, về đóng góp mênh mông trên bìa nhạc của những ca khúc vượt thời gian ,lập dựng được cả một hướng hội họa màu sắc cổ điển, thoang thoáng mang đậm tính quê dân dã, góp phần mang tính diệu vợi cho những hồn nhạc xa xưa. Chính vậy, trong đời sống Kha Thùy Châu cũng chất chồng những âm hưởng giao động trước nỗi thăng trầm của thế sự và nhân tình. Ông chất đầy trong ngõ ngách trái tim những kỷ niệm chân phương của người nghệ sĩ, thoang thoảng giữa hương thời gian trôi dạt tận bến tâm hồn. Cái quá khứ đối với người xưa quả thật thấm nhuần bao quát cả một triết lý tử sinh. Thật vậy, bài thơ Kha Thùy Châu trao nhà thơ Vương Tân, xin kết lại trên bến đỗ giang bờ nầy, như âm vang của hành giả đang quay trở về tìm nguồn cội của chân tâm:

KỶ NIỆM
Gối đầu mơ kỷ niệm
Ôn chuyện cũ năm xưa
Tháng ngày qua mau quá
Nào đâu nghĩ đâu ngờ

Cố quên càng thương nhớ
Tan họp cõi nhân gian
Tình yêu đà phiêu lãng
Tiếc chăng đã muộn màng

Đêm nay nhìn muôn sao
Thèm nghe tiếng ngọt ngào
Bốn bề im phăng phắc
Tựa hồ giấc chiêm bao
Lòng nao nao trống vắng
Dâng cảm xúc bồi hồi
Hồn chìm vào băng giá
Buồn nào hơn chia phôi.

Tác Phẩm Bìa Hội Họa Âm Nhạc:
KHA THÙY CHÂU

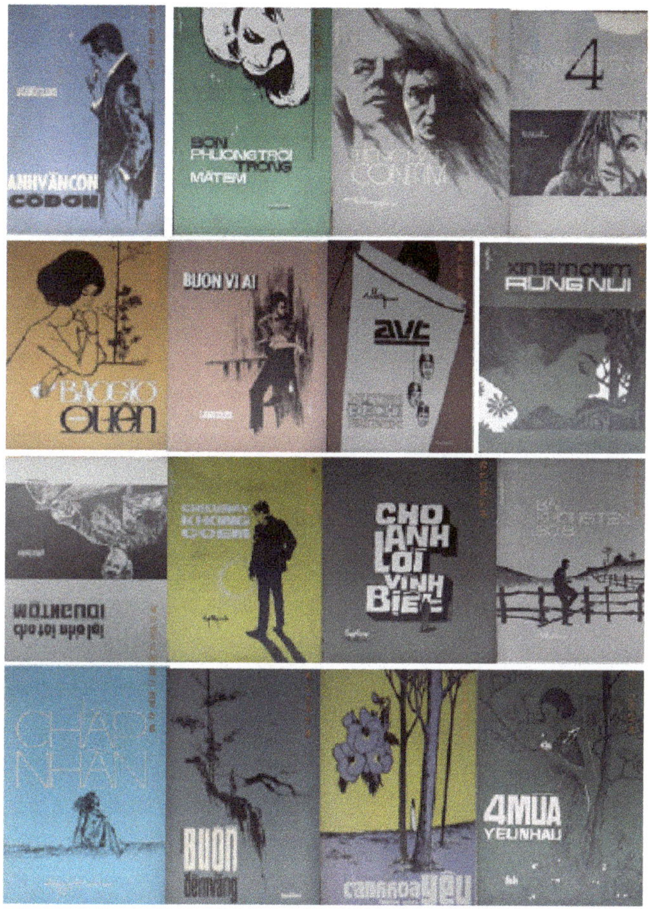

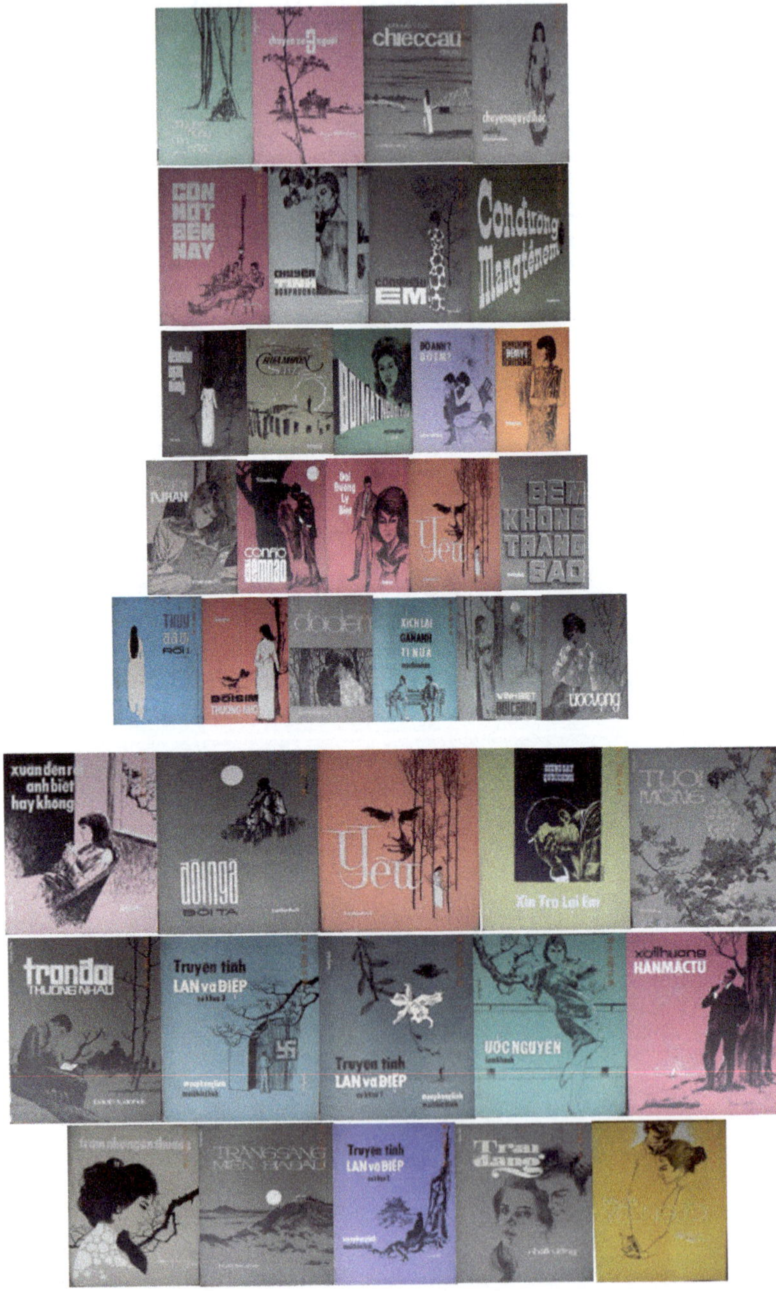
chieccau
Yêu
Xin Trở Lại Em
Truyện tình
LAN và ĐIỆP
ƯỚC NGUYỆN
HÀN MẠC TỬ

KHA THÙY CHÂU VÀ BẰNG HỮU ĐIỆN ẢNH

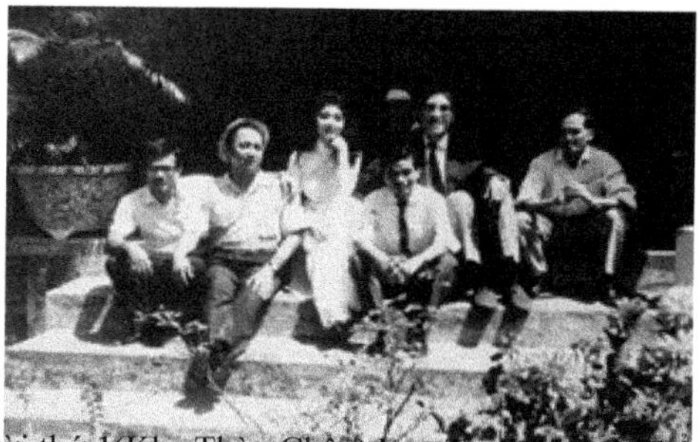

Người thứ 1(Kha Thùy Châu) Lưu Trạch Hưng, Thẩm Thúy Hằng,
Lê Mộng Hoàng, Hoàng Vĩnh Lộc

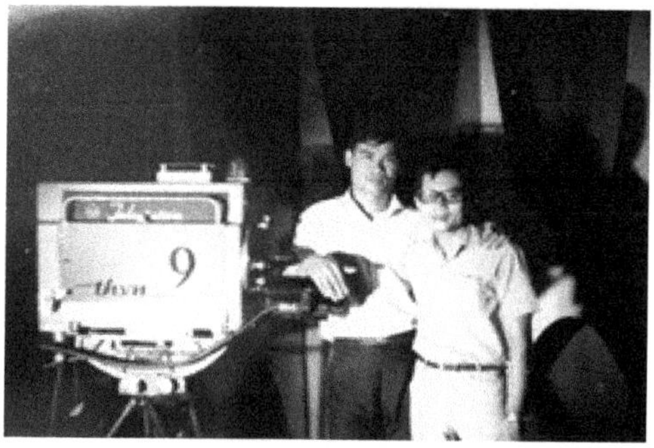

GS triết học Ngô Văn Luông và
Kha Thùy Châu

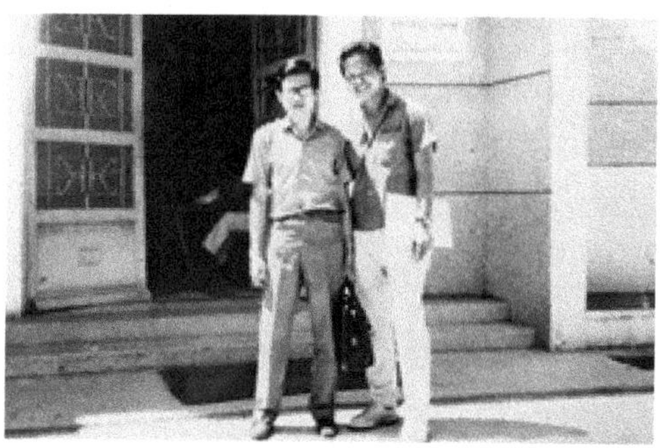

Kha Thùy Châu và tài
tử Nguyễn Long

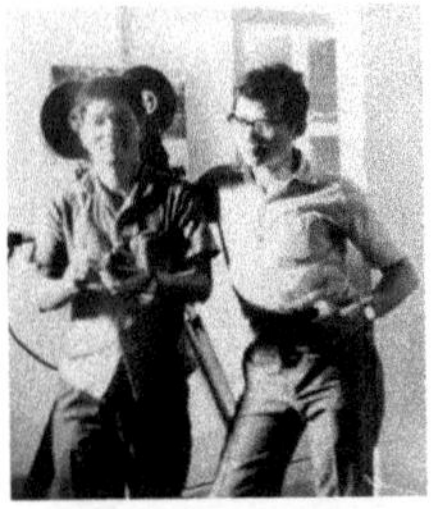

Đạo diễn Nguyễn Ngọc Liên –Kha Thùy

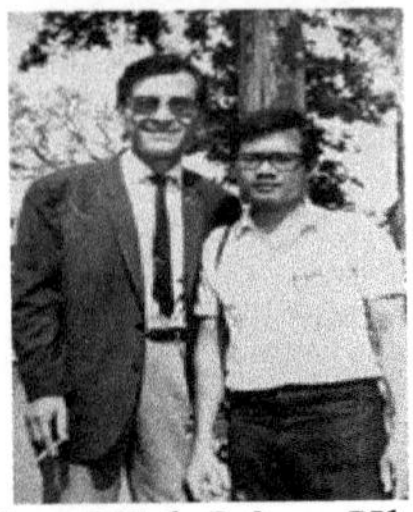

Đạo diễn Hoàng Vĩnh Lộc – Kha Thụy Châu

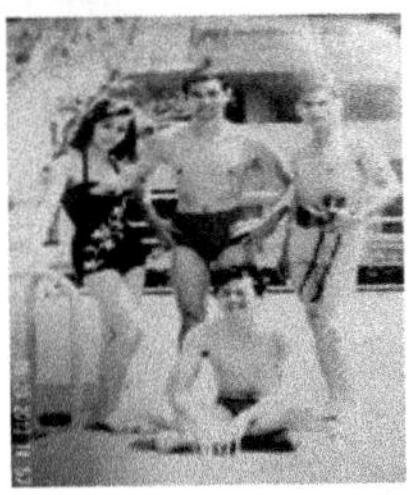

Hàng đứng từ trái qua: Kiều Chinh – Nguyễn Năng Tế - Lê Hoàng Hoa – Kha Thùy Châu (ngồi)

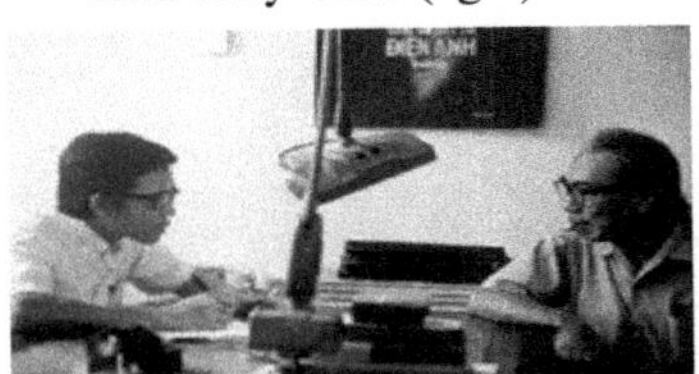

Kha Thủy Châu và tài tử Lý Quốc Mậu

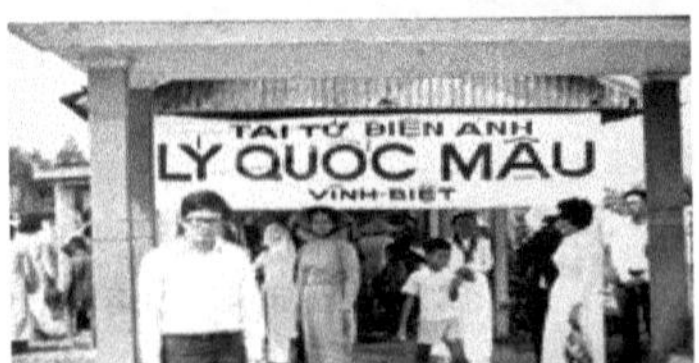

Hỏa táng tài tử Lý Quốc Mậu tại An Dưỡng Địa – Phú Lâm 1970

Nữ tài tử Ánh Minh và Kha Thụy Châu

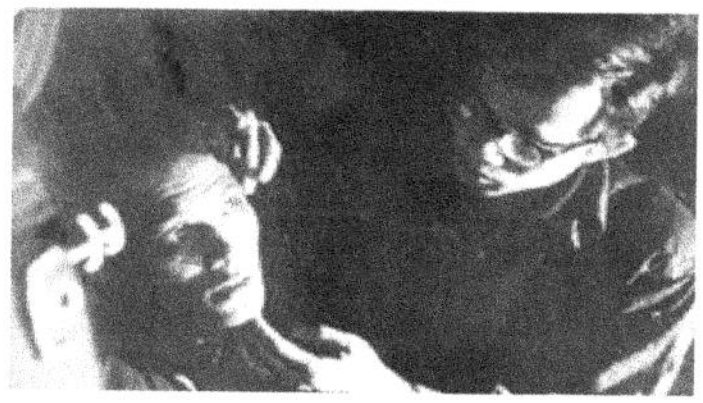

Kha Thùy Châu hóa trang cho tài tử Hoàng Long 1960

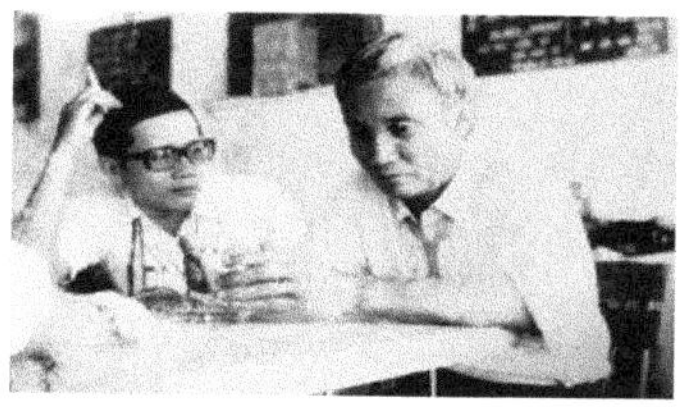

Kha Thùy Châu và tài tử Đoàn Châu Mậu

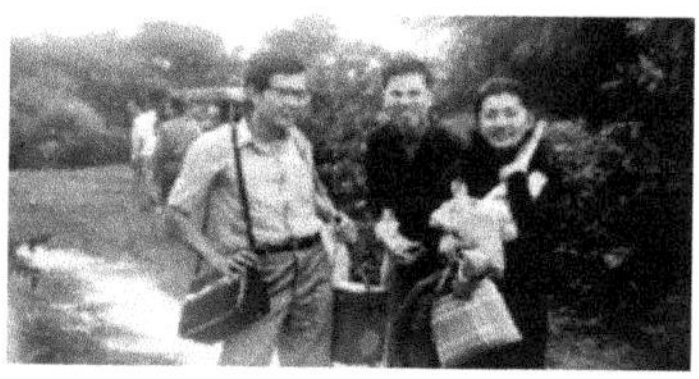

Kha Thùy Châu – đạo diễn Lê Hoàng Hoa – nữ diễn viên

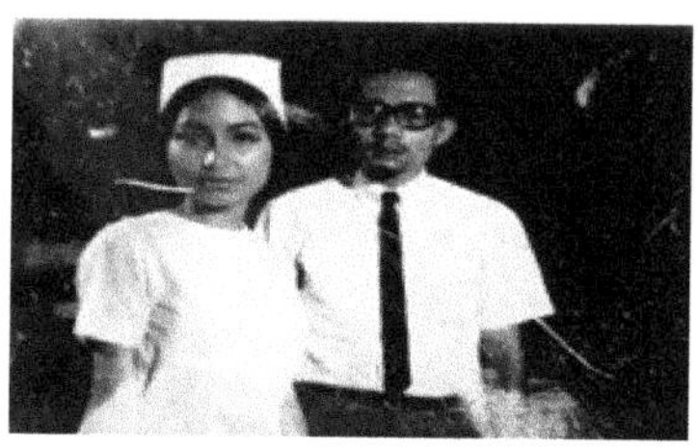

NGÃ PHƯƠNG HUYỀN

Anh Là Chim Hải Âu Hay Là Cát Biển?

Are You a Seagull or the Sand of the Sea?

1.
Em không yêu anh bởi
em hiểu anh loài chim hải âu
hay anh là cát biển??

You do not love me because
you understand I'm a seagull
or perhaps I'm the sand of the sea??

2.
Em lặng trong sương trắng
anh đứng đây chờ trăng dần khuất
trời rộng bóng em tan...

You are silent in the white mist
I stand here waiting for the moon to fade
your shadow dissolves in the vast sky

3.
Em gửi lời trong gió
nghe tiếng mưa từng giọt rơi xuống
tâm hồn anh lang thang

You send your words on the wind
hearing raindrops falling one by one
my soul wanders alone

4.

Em là tia nắng ấm
thắp sáng đêm dài trong giấc mộng
anh vùi trong bóng mưa

You are the warm sunbeam
lighting up the long night of dreams
I hide in the rain's shadow

5.

Em đi qua đời **vắng**
mang những giấc mơ nhẹ như lá
trong mắt tôi úa tàn

You walk through an empty life
carrying dreams as light as fallen leaves
in my eyes, they wither

6.

Em nói yêu **lần nữa**
cánh chim kia bay về miền bão
anh đứng đó chờ hoang

You say love once again
that bird flies towards the stormy horizon
I stand here waiting in vain

7.

Em là cơn sóng bạc
cuốn theo bờ mộng về xa thẳm
anh hoài vọng biển sâu

You are the silver wave
pulling dreams towards the distant shores
I yearn for the deep sea

8.

Em tựa như vầng trăng
đêm nghiêng mình rọi ánh sao khuất
anh mơ về cánh đồng

You are like the moon
tilting the night with its hidden stars
I dream of open fields

9.
Em đi trong mơ lạ
bước chân em nhẹ nhàng như khói
anh tìm hoài bóng ai

You walk through strange dreams
your steps gentle like drifting smoke
I search endlessly for your shadow

10.
Em tan vào sương mỏng
gửi lại một niềm nhớ xa vời
trong mắt anh nhạt phai

You dissolve into thin mist
leaving behind a distant memory
fading from my eyes

11.
Em về trong chiều vắng
ngọn gió thổi qua hàng cây lặng
tôi ngồi nhớ em thôi

You return in the quiet afternoon
as the wind blows through the silent trees
I sit here, thinking of you

12.
Em là sương trên lá
sớm mai tinh khôi rực nắng hạ
tôi giấu mình trong mây

You are the dew on leaves
fresh in the morning light of summer
I hide myself in the clouds

13.
Em như hoa quỳnh trắng
nở trong đêm tàn và lụi nhanh
anh mơ giấc chưa tan

You are like the white quỳnh flower
blooming in the fading night, then withering
I dream a dream that hasn't yet faded

14.
Em khẽ gọi tên gió
bước chân chầm chậm đi qua lối
anh chờ trong u mê

You softly call the wind's name
your steps slowly walk through the path
I wait, lost in confusion

15.
Em là sông **mùa hạ**
cuốn dòng nước trôi về xa mãi
tôi chìm trong sóng ngàn

You are the summer river
carrying water far, far away
I drown in endless waves

16.
Em gửi mây về núi
ánh trăng khuya nhuộm vàng suối vắng
anh đứng đó lặng yên

You send clouds to the mountains
as late moonlight turns the quiet stream gold
I stand there in silence

17.
Em thả cánh hoa trắng
trôi trên dòng đời đầy thương nhớ
tôi tìm trong hư không

You release white petals
floating along the stream of memories
I search in the void

18.
Em là hạt sương nhỏ
rơi trên cành cỏ trong bình minh
tôi theo giấc mơ hoài

You are the small dew drop
falling on the grass at dawn's first light
I follow dreams forever

19.
Em rơi vào nỗi nhớ
mưa thu buồn vương trên lá vỡ
anh ôm trọn đêm dài

You fall into memories
as autumn rain lingers on broken leaves
I embrace the long night

20.
Em tựa như lời hát
ngân nga vang khắp không gian lạ
tôi lạc giữa âm vang

You are like a song
echoing across a strange wide space
I'm lost within its sound

21.
Em tan trong mưa **nhỏ**
mưa buông rơi nhẹ trên ngàn cỏ
anh nhớ bóng mưa bay

You dissolve in the soft rain
raindrops fall gently over the grass
I miss the rain's shadow

22.
Em mang hồn thu đến
lá vàng rơi rụng đầy trên phố
anh ngồi nhớ ngày qua

You bring the soul of autumn
yellow leaves fall gently along the street
I sit and remember

23.
Em như tia nắng lạ
mùa đông bỗng về trong rét buốt
tôi chờ hơi ấm em

You are like a strange sunbeam
winter suddenly arrives with cold winds
I wait for your warmth

24.
Em là ngọn lửa đỏ
cháy rực trong màn đêm đen tối
tôi dõi theo em thôi
You are the red flame
burning bright in the darkened night
I follow only you

25.
Em thả nắng vào lá
những giọt sương long lanh rực rỡ
tôi mơ trong bình minh

You drop sunlight on the leaves
glistening dew shines in all its splendor
I dream in dawn's light

26.
Em trôi theo dòng suối
nước trong xanh lặng lờ xuôi chảy
tôi đứng nhìn sông xa

You float along the stream
clear water quietly flows along
I stand watching the river

27.
Em về trong làn gió
nhẹ như sương mỏng vờn quanh lối
anh đợi bóng hình em

You return with the wind
light like the mist swirling around the path
I wait for your shadow

28.
Em là bông tuyết trắng
rơi trong lòng trời đông buốt giá
anh đứng ngóng xuân sang
You are the white snowflake
falling in the cold heart of winter's sky
I await the springtime

29.
Em xa rồi mãi mãi
bỏ lại nỗi nhớ rơi từng hạt
anh đếm từng phút qua
You have gone forever
leaving drops of memories behind
I count the passing minutes

30.
Em thả lá **mùa thu**
gió lùa qua đôi hàng cây đứng
tôi nhớ buổi chiều qua
You release autumn leaves
the wind blows through rows of silent trees
I recall yesterday's dusk

31.
Em như dòng nước chảy
chảy mãi qua ngàn trùng sông núi
anh theo dòng thời gian
You flow like the river
endlessly through mountains and valleys
I follow time's current

32.
Em về trong giấc mộng
khẽ cười tan vào màn sương đêm
anh tỉnh trong u mê

You return in my dream
softly smiling, fading into the mist
I awaken in confusion

33.
Em là tiếng chim hót
ngân vang trong trời xanh cao vút
anh đuổi theo giấc mơ
You are the bird's sweet song
echoing high in the deep blue sky
I chase after the dream

34.
Em là làn mây trắng
bay ngang qua trời chiều u ám
tôi chờ ánh sao đêm
You are the white cloud
drifting across the gloomy afternoon sky
I await the night's stars

35.
Em là giọt nắng tàn
chiều buông qua hàng cây đứng vắng
tôi nhớ em từng giây
You are the fading sunlight
falling through the still and silent trees
I miss you every second

36.
Em là cánh diều bay
gió đẩy lên bầu trời mơ ước
anh thả mộng theo mây

You are the soaring kite
pushed higher by the wind's dreamlike flight
I release my hopes to clouds

37.
Em như ngọn sóng trắng
vỗ về trên bờ biển xa thẳm
anh mơ trong đêm đen
You are like the white wave
caressing the distant shoreline gently
I dream in the dark night

38.
Em là cành hoa sớm
nở trong bình minh tinh khôi trắng
anh ngắm em thật lâu
You are the morning flower
blossoming in the pure dawn light
I gaze at you for long

39.
Em là trời xanh thẳm
những đám mây nhẹ nhàng trôi mãi
anh làn gió qua thôi
You are the endless blue sky
where soft clouds drift ever so slowly
I am but a passing breeze

40.
Em như cơn mưa **thu**
rơi nhẹ trong màn đêm vắng lặng
anh đợi dưới màn mưa
You are like autumn rain
falling gently through the silent night
I wait beneath the rain

HÀ NGUYÊN DU

NGÃ PHƯƠNG HUYỀN

Nhân cách sống có liên hệ gì với giá trị tác phẩm và người tạo ra nó?

Nhân cách sống của một người thường có mối liên hệ mật thiết với giá trị tác phẩm mà họ tạo ra, bởi tác phẩm nghệ thuật là sự phản ánh, biểu hiện của tâm hồn, tư tưởng và thế giới nội tâm của người sáng tác. Tuy nhiên, mối liên hệ này có nhiều khía cạnh phức tạp, không đơn thuần là một sự tương quan trực tiếp. Dưới đây là một số cách mà nhân cách sống có thể ảnh hưởng đến giá trị của tác phẩm và vị trí của người sáng tạo trong lĩnh vực văn học nghệ thuật:

1. Nhân cách và tư tưởng trong tác phẩm:

Nhân cách sống của người nghệ sĩ ảnh hưởng trực tiếp đến quan điểm, tư tưởng mà họ thể hiện trong tác phẩm. Những tác phẩm có giá trị thường mang đậm nét cá nhân của tác giả, phản ánh cách họ nhìn nhận về cuộc sống, về tình yêu, xã hội và con người. Ví dụ, Lev Tolstoy với những tác phẩm lớn như Chiến tranh và Hòa bình hay Anna Karenina không chỉ thể hiện khả năng viết lách xuất sắc mà còn thấm đẫm tư tưởng nhân đạo, tình yêu con người và triết lý sống sâu sắc của ông. Nhân cách lớn của Tolstoy đã đóng góp vào tầm vóc vĩ đại của tác phẩm.

2. Tính trung thực và sự gắn kết với đời sống:

Người sáng tạo sống chân thực và có sự kết nối sâu sắc với đời sống thường tạo ra những tác phẩm có tính thuyết phục cao. Những nhà văn, nhà thơ, nhạc sĩ như Victor Hugo, Pablo Neruda, hay Bob Dylan đã để lại dấu ấn sâu đậm không chỉ vì tài năng mà còn bởi họ đã sống trọn vẹn với những tư tưởng mình theo đuổi, không chỉ viết về cuộc sống mà còn tham gia vào những phong trào đòi công bằng xã hội. Nhân cách của họ, tinh thần đấu tranh và lòng nhiệt thành cho nhân loại, thể hiện rõ trong những tác phẩm để đời.

3. Nhân cách và sự sáng tạo vượt thời đại:

Đôi khi, những người sáng tạo có nhân cách nổi loạn, phá cách lại mang đến những giá trị mới cho nghệ thuật, thậm chí có thể bị phản đối trong thời kỳ của họ. Vincent Van Gogh chẳng hạn, sống một cuộc đời bất ổn, nhưng tác phẩm của ông vượt qua những khuôn khổ thông thường để tạo ra một phong cách hội họa có tầm ảnh hưởng lớn. Nhân cách sống khác biệt của Van Gogh góp phần vào sự độc đáo trong nghệ thuật của ông.

4. Nhân cách và mối quan hệ với công chúng:

Giá trị của một tác phẩm không chỉ nằm ở bản thân nó mà còn phụ thuộc vào cách nó được đón nhận bởi xã hội và công chúng. Nhân cách sống của người sáng tạo ảnh hưởng đến hình ảnh của họ trong mắt công chúng, và đôi khi có thể làm tăng hoặc giảm giá trị của tác phẩm trong mắt người đọc, người nghe, hay người xem. Một số nghệ sĩ có nhân cách tiêu cực hoặc gây tranh cãi vẫn tạo ra những tác phẩm xuất sắc, nhưng công chúng có thể cảm thấy khó khăn trong việc tách rời tác phẩm khỏi con người tạo ra nó. Ví dụ, nhạc sĩ Wagner, một thiên tài âm nhạc, lại có tư tưởng chính trị cực đoan, khiến di sản của ông vừa được tôn vinh vừa gây tranh cãi.

5. Sự phức tạp giữa nhân cách và nghệ thuật:

Trong một số trường hợp, nhân cách của người nghệ sĩ và giá trị tác phẩm của họ có thể tách biệt. Một tác phẩm nghệ thuật có thể tồn tại độc lập với con người tạo ra nó, và giá trị của tác phẩm không nhất thiết phụ thuộc vào nhân cách của người sáng tác. Tuy nhiên, điều này cũng dẫn đến những cuộc tranh luận về đạo đức và trách nhiệm của người nghệ sĩ trong đời sống.

Kết luận:

Nhân cách sống và giá trị của tác phẩm nghệ thuật có mối quan hệ chặt chẽ nhưng không đơn giản. Một người sáng tạo với nhân cách mạnh mẽ, chân thành và có sự gắn kết với xã hội thường mang lại những tác phẩm có giá trị cao về tư tưởng và cảm xúc. Tuy nhiên, nghệ thuật cũng có thể tách rời khỏi nhân cách của người sáng tạo, và đôi khi những tác phẩm vĩ đại vẫn có thể ra đời từ những nhân cách gây tranh cãi.

Nhân cách của người nghệ sĩ, vì thế, có thể là yếu tố quan trọng tạo nên giá trị tác phẩm, nhưng không phải lúc nào cũng là yếu tố quyết định duy nhất. Điều quan trọng là giá trị mà tác phẩm mang lại cho nhân loại và sức sống lâu dài của nó trong lòng công chúng.

Sự gắn kết giữa nhân cách sống và giá trị của tác phẩm nghệ thuật là một vấn đề mang tính toàn cầu, từ các nhà văn, nhà thơ cho đến nhạc sĩ, họa sĩ. Cả ở Việt Nam lẫn trên thế giới, chúng ta có nhiều ví dụ điển hình về sự gắn kết này. Những tác giả có nhân cách sống cao đẹp, trung thực, và lòng yêu thương nhân loại thường để lại những tác phẩm trường tồn, sâu sắc. Dưới đây là một số ví dụ tiêu biểu:

1. Nguyễn Du (1766 - 1820) - Việt Nam

- Tác phẩm tiêu biểu: Truyện Kiều
- Sự gắn kết giữa nhân cách và tác phẩm:

Nguyễn Du là một trong những nhà thơ lớn nhất của Việt Nam, và Truyện Kiều là kiệt tác của ông, vừa mang đậm giá trị nhân văn, vừa phản ánh sâu sắc tâm hồn và nhân cách của ông. Ông từng là một quan lại triều đình, nhưng tâm hồn Nguyễn Du luôn hướng về số phận của những con người thấp cổ bé họng trong xã hội phong kiến.

Trong Truyện Kiều, nhân vật Thúy Kiều đã phải trải qua muôn vàn gian truân và khổ đau, tượng trưng cho số phận của nhiều phụ nữ trong xã hội xưa. Tác phẩm không chỉ ca ngợi tài sắc mà còn đặt ra vấn đề về nhân phẩm, lòng nhân đạo, và sự bất công trong xã hội. Nhân cách sống của Nguyễn Du – một người luôn trăn trở trước nỗi đau nhân thế, thể hiện rõ trong tác phẩm này.

2. Victor Hugo (1802 - 1885) - Pháp

- Tác phẩm tiêu biểu: Những người khốn khổ (Les Misérables)
- Sự gắn kết giữa nhân cách và tác phẩm:

Victor Hugo là một nhà văn và nhà hoạt động chính trị lớn của nước Pháp. Tác phẩm Những người khốn khổ của ông là một biểu tượng của tinh thần nhân đạo, yêu chuộng công bằng và lòng nhân từ đối với những con người nghèo khổ. Ông sử dụng tài năng văn chương của mình để lên án những bất công xã hội, bạo lực, và nỗi đau khổ của tầng lớp thấp cổ bé họng. Nhân cách và tầm nhìn của Hugo đã làm nên sức mạnh của tác phẩm này, với những nhân vật như Jean Valjean, Cosette, và Javert trở thành biểu tượng của đấu tranh cho lẽ phải, cho công bằng và lòng nhân từ.

3. Lev Tolstoy (1828 - 1910) - Nga

• Tác phẩm tiêu biểu: Chiến tranh và hòa bình (War and Peace), Anna Karenina

• Sự gắn kết giữa nhân cách và tác phẩm:

Lev Tolstoy là một trong những nhà văn có nhân cách và tư tưởng triết học sâu sắc nhất trong lịch sử văn học thế giới. Ông không chỉ là một nhà văn mà còn là một triết gia, người luôn trăn trở về ý nghĩa của cuộc sống, tình yêu, và những giá trị nhân đạo. Trong Chiến tranh và hòa bình và Anna Karenina, Tolstoy đã thể hiện những tư tưởng triết học và đạo đức sâu sắc về bản chất của con người, tình yêu, và mối quan hệ giữa con người và xã hội. Tác phẩm của ông là sự kết tinh từ nhân cách sống yêu thương và sự suy tư về ý nghĩa cuộc đời.

4. Albert Camus (1913 - 1960) - Pháp

• Tác phẩm tiêu biểu: Người xa lạ (L'Étranger), Dịch hạch (La Peste)

• Sự gắn kết giữa nhân cách và tác phẩm:

Camus là một nhà văn và triết gia người Pháp, nổi tiếng với triết lý về chủ nghĩa hiện sinh và phi lý. Trong tác phẩm Dịch hạch, Camus đã miêu tả sự bùng phát của dịch bệnh ở một thị trấn nhỏ, nơi con người phải đối mặt với nỗi sợ hãi và vô nghĩa của cuộc sống. Nhưng qua đó, ông cũng thể hiện niềm tin vào lòng nhân từ và tinh thần đoàn kết của con người khi đối mặt với nghịch cảnh. Nhân cách sống của Camus luôn hướng về sự thấu hiểu và chấp nhận những bất công của cuộc sống, nhưng vẫn kiên định với những giá trị đạo đức cao cả. Điều này được thể hiện rõ ràng trong các tác phẩm của ông.

5. Xuân Diệu (1916 - 1985) - Việt Nam

- Tác phẩm tiêu biểu: Thơ tình Xuân Diệu
- Sự gắn kết giữa nhân cách và tác phẩm:

Xuân Diệu là "ông hoàng thơ tình" của Việt Nam. Những bài thơ của ông không chỉ là những lời bày tỏ về tình yêu lứa đôi mà còn phản ánh sự khao khát sống, khao khát yêu, và sự sợ hãi về sự ngắn ngủi của cuộc đời. Trong bài thơ nổi tiếng "Vội vàng", ông thể hiện một triết lý sống sâu sắc: sống hết mình với hiện tại, bởi thời gian là không bao giờ quay trở lại. Nhân cách của Xuân Diệu - một con người yêu đời, yêu người, yêu thiên nhiên, được thể hiện rõ rệt qua từng câu chữ đầy cảm xúc:

"*Ta muốn ôm*
Cả sự sống mới bắt đầu mơn mởn;
Ta muốn riết mây đưa và gió lượn,
Ta muốn say cánh bướm với tình yêu,
Ta muốn thâu trong một cái hôn nhiều
Và non nước, và cây, và cỏ rạng,
Cho chếnh choáng mùi thơm, cho đã đầy ánh sáng,
Cho no nê thanh sắc của thời tươi;
Hỡi xuân hồng, ta muốn cắn vào ngươi!"

Kết luận:

Những ví dụ trên cho thấy nhân cách sống của người nghệ sĩ luôn có ảnh hưởng mạnh mẽ đến giá trị của tác phẩm họ tạo ra. Nhân cách của người nghệ sĩ không chỉ là nguồn cảm hứng, mà còn là nền tảng để tạo ra những giá trị nghệ thuật cao cả, thể hiện sự trăn trở trước nhân sinh và tình yêu thương con người. Những tác phẩm xuất sắc, vượt thời gian thường gắn liền với những con người có tâm hồn lớn, sống chân thực và biết lắng nghe nỗi đau của nhân loại.

1. Nhất Linh (Nguyễn Tường Tam, 1906 - 1963)

- Tác phẩm tiêu biểu: Đoạn Tuyệt, Gánh Hàng Hoa, Bướm Trắng.
- Sự gắn kết giữa nhân cách và tác phẩm:

Nhất Linh là một trong những nhà văn hàng đầu của Tự

Lực Văn Đoàn – một nhóm văn học nổi tiếng với những tư tưởng cải cách và đổi mới văn hóa, xã hội. Trong tác phẩm Đoạn Tuyệt, Nhất Linh miêu tả số phận của những người phụ nữ trong xã hội phong kiến, đặc biệt là nhân vật Loan, người dám từ bỏ lễ giáo để tự do sống theo ý nguyện của mình. Nhân cách sống của Nhất Linh, với tinh thần yêu tự do và khao khát thay đổi xã hội theo hướng tiến bộ, thể hiện rõ qua những tác phẩm phê phán các hủ tục lạc hậu và đấu tranh cho quyền sống của con người.

Nhất Linh không chỉ là một nhà văn mà còn là một chính trị gia, người sáng lập Đảng Đại Việt Dân Chính và luôn theo đuổi lý tưởng tự do dân chủ cho Việt Nam. Ông đã lựa chọn cái chết bằng cách tự tử để phản đối chế độ độc tài của Ngô Đình Diệm, thể hiện nhân cách sống cao đẹp và sự kiên định với lý tưởng của mình.

2. Vũ Hoàng Chương (1915 - 1976)

• Tác phẩm tiêu biểu: Rừng Phong, Trương Chi, Đời Vắng Em Rồi Say Với Ai.

• Sự gắn kết giữa nhân cách và tác phẩm:

Vũ Hoàng Chương là một trong những nhà thơ lớn của Việt Nam, nổi tiếng với phong cách thơ lãng mạn và có chất triết lý sâu sắc. Thơ của ông thường đề cập đến những nỗi niềm cô đơn, khát vọng tự do và sự ngẫm nghĩ về thân phận con người trong cuộc đời ngắn ngủi. Tác phẩm của ông không chỉ mang tính trữ tình mà còn là những phản ánh sâu sắc về sự bất công và nỗi khổ đau của con người trong xã hội thời chiến.

Với tinh thần tự do, ông đã sáng tác nhiều bài thơ thể hiện thái độ bất khuất và lòng yêu nước, đặc biệt là trong thời kỳ chiến tranh Việt Nam. Một ví dụ điển hình là bài thơ "Lửa từ bi", viết về vụ tự thiêu của hòa thượng Thích Quảng Đức vào năm 1963, để phản đối chế độ đàn áp tôn giáo của Ngô Đình Diệm. Thơ của ông trở thành lời kêu gọi nhân văn, lên tiếng chống lại bạo lực và bất công:

"Lửa! Lửa cháy ngất tòa sen
Tám chín phương nhục thể trần gian
Chết hồn Bồ Tát hóa thành

Ôi ngọn lửa từ bi bất diệt."

3. Dương Nghiễm Mậu (1936 - 2016)

• Tác phẩm tiêu biểu: Cũng Đủ Mỏi Mòn, Đêm Tóc Rối, Gia Tài Người Mẹ.

• **Sự gắn kết giữa nhân cách và tác phẩm:**

Dương Nghiễm Mậu là một nhà văn, nhà thơ nổi tiếng tại miền Nam Việt Nam trước năm 1975. Ông được biết đến qua các tác phẩm nói về chiến tranh và cuộc sống của con người trong những hoàn cảnh khó khăn. Nhân cách sống của Dương Nghiễm Mậu được phản ánh qua việc ông luôn trung thành với sự thật và không tránh né những đau khổ, bi kịch của thời cuộc. Tác phẩm của ông thường chứa đựng những nỗi niềm trăn trở về số phận con người trong bối cảnh chiến tranh và xã hội xáo trộn.

Trong truyện ngắn "Cũng đủ mỏi mòn", ông khắc họa cuộc sống khắc nghiệt của con người trong chiến tranh, thể hiện sự bi quan trước số phận nhưng vẫn mang theo một chút hy vọng le lói về nhân tính. Nhân cách của ông, với lòng yêu con người và sự trân trọng cuộc sống, giúp tác phẩm của ông mang lại giá trị sâu sắc, vượt thời gian.

4. Phạm Công Thiện (1941 - 2011)

• Tác phẩm tiêu biểu: Ý Thức Mới Trong Văn Nghệ Và Triết Học, Hố Thẳm Tư Tưởng, Bay Đi Những Cơn Mưa Phùn.

• **Sự gắn kết giữa nhân cách và tác phẩm:**

Phạm Công Thiện là một nhà văn, nhà thơ và triết gia nổi tiếng của Việt Nam trước 1975. Ông nổi bật với những tư tưởng triết học sâu sắc, pha trộn giữa triết học phương Đông và phương Tây. Nhân cách sống của Phạm Công Thiện, một con người tự do, sáng tạo và luôn tìm kiếm sự giác ngộ, thể hiện rõ ràng trong các tác phẩm của ông.

Cuốn sách *"Ý Thức Mới Trong Văn Nghệ Và Triết Học"* của ông đã góp phần làm thay đổi tư duy của nhiều thế hệ thanh niên và trí thức miền Nam trước 1975. Tác phẩm thể hiện sự khao khát tìm kiếm cái đẹp và chân lý, đồng thời phản ánh rõ nhân cách sống của ông: một con người đam mê tri thức và luôn khát khao hiểu biết về cuộc đời.

5. Võ Phiến (1925 - 2015)

- Tác phẩm tiêu biểu: Mưa Đêm Cuối Năm, Tùy Bút, Giã Từ.
- **Sự gắn kết giữa nhân cách và tác phẩm:**

Võ Phiến là một nhà văn miền Nam nổi tiếng trước 1975, đặc biệt trong thể loại tùy bút và truyện ngắn. Ông là một trong những cây bút phản ánh sâu sắc về đời sống con người miền Nam Việt Nam trong thời kỳ biến động. Nhân cách sống của Võ Phiến – một người luôn suy tư về tình yêu quê hương và số phận con người – thấm đượm trong từng câu chữ của ông.

Tác phẩm "Mưa Đêm Cuối Năm" là một ví dụ điển hình, nơi ông miêu tả nỗi nhớ quê hương, những giá trị truyền thống và tình yêu đất nước. Qua đó, nhân cách yêu nước, yêu cuộc sống của Võ Phiến được thể hiện rõ ràng, với giọng văn chân thật và tinh tế.

Kết luận:

Các nhà văn, nhà thơ Việt Nam trước 1975, dù không thuộc hệ thống chính trị cộng sản, vẫn tạo ra những tác phẩm có giá trị trường tồn, phản ánh sâu sắc nhân cách sống của họ. Nhân cách ấy, đôi khi là sự đấu tranh cho tự do, công lý, đôi khi là lòng yêu quê hương đất nước hay sự trăn trở về nhân sinh, đã làm cho các tác phẩm của họ không chỉ là những áng văn thơ đẹp mà còn chứa đựng giá trị nhân văn sâu sắc, để lại dấu ấn trong lòng nhiều thế hệ.

Dưới đây là danh sách tài liệu tham khảo mà bạn có thể sử dụng cho bài viết về mối quan hệ giữa nhân cách sống và giá trị tác phẩm, với các tác giả Việt Nam trước 1975:

NGÃ PHƯƠNG HUYỀN

Tài liệu tham khảo:

1. Nhất Linh (Nguyễn Tường Tam)
o Nhất Linh. (1935). Đoạn Tuyệt. Hà Nội: Nhà xuất bản Tự Lực Văn Đoàn.
o Nguyễn Hiến Lê. (1989). Nhất Linh - Người Nghệ Sĩ Dâng Đời. TP. Hồ Chí Minh: Nhà xuất bản Tổng Hợp.
2. Vũ Hoàng Chương
o Vũ Hoàng Chương. (1960). Rừng Phong. Sài Gòn: Nhà xuất bản Sáng Tạo.
o Vũ Hoàng Chương. (1963). Lửa Từ Bi. Sài Gòn: Nhà xuất bản Giao Điểm.
3. Dương Nghiễm Mậu
o Dương Nghiễm Mậu. (1966). Cũng Đủ Mỏi Mòn. Sài Gòn: Nhà xuất bản Trình Bày.
o Dương Nghiễm Mậu. (1967). Gia Tài Người Mẹ. Sài Gòn: Nhà xuất bản Ý Thức.
4. Phạm Công Thiện
o Phạm Công Thiện. (1965). Ý Thức Mới Trong Văn Nghệ Và Triết Học. Sài Gòn: Nhà xuất bản An Tiêm.
o Phạm Công Thiện. (1967). Hố Thẳm Tư Tưởng. Sài Gòn: Nhà xuất bản Quê Mẹ.
5. Võ Phiến
o Võ Phiến. (1970). Mưa Đêm Cuối Năm. Sài Gòn: Nhà xuất bản Ý Thức.
o Võ Phiến. (1992). Tùy Bút. California: Văn Nghệ.
Nguồn khác:
- Đỗ Lai Thúy. (2000). Văn học Việt Nam qua các thời kỳ. Hà Nội: Nhà xuất bản Văn Học.
- Nguyễn Ngọc Bích. (1974). Văn học Miền Nam: Thời Kỳ 1954-1975. Sài Gòn: Nhà xuất bản Trình Bày.
- Lê Thanh Cảnh. (2004). Những Gương Mặt Văn Chương Miền Nam. TP. Hồ Chí Minh: Nhà xuất bản Định nghĩa "Âm nhạc là nghệ thuật kết cấu của âm thanh" có thể được xem là đúng, nhưng cần một chút mở rộng để chính xác hơn.

HUỲNH LIỄU NGẠN

BAY VỀ BÊN MẸ

(gởi linh hồn em tôi)

tháng chín anh về thăm mẹ
thì mẹ cứ hỏi em đâu
rồi ngồi nhai trầu bập bẹ
ngoài vườn rụng trái sầu đâu

con chim bay qua bay lại
nhìn anh xa lạ quá chừng
đã hơn mười năm có lẽ
thềm hoang vắng lạnh vô cùng

ngoài sông một dòng nước cạn
vài con cá nhỏ liu tiu
liếc mắt không nhìn anh nữa
vì sợ nỗi buồn hẩm hiu

anh về thăm nhà nửa tháng
mẹ hỏi đến mấy chục lần
nhớ nhắc em về kẻo trễ
tuổi già như lá rụng sân

thế mà rừng dương sau bãi
cũng còn gió thổi bên tai

bữa hôm anh ngang qua đó
thấy lòng sao nặng bờ vai

hỏi thăm em đâu không lại
của ngày thơ mộng phôi phai
dấu chân xưa đâu còn nữa
đã nghiêng về phía trăng cài

đã nghiêng mà anh không biết
đã khác mà anh không hay
chập chờn mưa lay bụi chuối
anh nghe trống vắng dâng đầy

thôi chắc anh không về nữa
mẹ buồn theo gió heo may
mới hôm kia thôi lại trách
sao em để bóng mẹ gầy

bởi vì em không còn nữa
trên cõi trần gian đọa đày
em giờ tan thành mây trắng
bay về bên mẹ chiều nay.

HUỲNH LIỄU NGẠN
5.10.2024

TUỆ TRUNG

Tiểu-Khanh (II)

(tiếp theo)

Gần như chuyện cổ tích…

1.-Tiểu-Khanh về tới nhà khoảng 4 giờ chiều, nàng dựng xe rồi đem mấy cái túi ni lông vào phía sau. Duy nghe tiếng động, biết Khanh đã về, chàng đi thẳng vào bếp. Nhìn thấy Duy, Khanh hỏi:

"Anh dậy rồi à?, có đói bụng không?, chịu khó chờ em nấu cơm xong rồi ăn vậy, anh có rảnh thì giúp em nhóm lửa hai cái lò than đặt nồi cơm và nấu đồ ăn, bữa nay em kho thịt với nấu canh cải để anh ăn tạm".

Duy, thêm một lần nữa, lặng lẽ làm theo lời Khanh.

"Ăn xong tôi về nhà chị Hiền, sao tôi thấy nóng ruột quá".

"Dạ được, để em đưa anh đi".

Xong bữa cơm thì trời đã nhá nhem tối, lúc ấy Khanh mới cầm lấy hai bàn tay Duy, nàng nhẹ nhàng nói:

"Anh Duy, mình không cần đi đâu, để em cho anh biết vậy, chị Hiền giờ này có lẽ đã tới Long Xuyên rồi, lúc mới ăn sáng xong, chị ấy về, giao nhà cho người mua rồi đi thẳng ra bến xe, chị nói chuyện rất nhiều với em về anh, em xin lỗi anh vì em đã hứa với chị ấy là không được cho anh biết sớm".

"Còn gì nữa không?", Duy cảm thấy hụt hẫng, như đang rơi vào một khoảng không, chàng run giọng hỏi lại.

Khanh trả lời, nói như muốn an ủi Duy:

"Chị ấy đưa cho em một số tiền, em để trong ngăn bàn cho anh, chị viết thư nhờ em trong khả năng và nếu có thể, giúp anh phấn chấn trở lại trong thời gian này, dù sao mọi chuyện cũng đã qua rồi, em mong anh hãy nhìn về phía trước, đường đi còn dài lắm".

Duy lặng người, cố giữ lại trong lòng những nghẹn ngào cho khỏi bật thành tiếng khóc, "mình đã thực sự cô đơn rồi".

Tiểu-Khanh, như hiểu được tâm trạng Duy, nàng nói:

"Anh đừng buồn nữa, còn có em đây, tin em đi".

Hai người yên lặng rất lâu, mãi sau Duy mới lên tiếng:

"Vậy thì làm phiền cô cho tôi ở lại đây tối nay, để tôi suy nghĩ mình sẽ làm gì, sáng mai tôi cho cô biết".

"Cũng được, em biết anh đang xúc động, anh vào phòng ngủ sớm, đừng suy nghĩ nhiều nữa, mai mình sẽ nói chuyện, được không?".

"Cám ơn cô", Duy gật đầu rồi lầm lũi đi vào căn phòng nhỏ.

Sáng hôm sau, Duy bước ra ngoài đã thấy Khanh ngồi chờ, nàng tươi cười:

"Anh rửa mặt rồi ăn sáng, anh có vẻ mệt, chắc là ngủ không được, sáng nay em đã mua bánh mì thịt và cà phê, không biết anh có thích không".

Đợi cho Duy ăn uống xong, Khanh nhẹ nhàng nói:

"Bây giờ anh muốn đi đâu, em đưa anh đi, vì sợ anh không nhớ đường, anh đi lạc mất công em đi tìm".

"Tôi đi tìm nhà để thuê, cô biết chỗ nào có nhà cho thuê không?".

Tiểu-Khanh nghe Duy nói xong thì phá lên cười, tiếng cười giòn và trong vắt, Duy hỏi "cô cười cái gì?".

Khanh chỉ tay về phía căn phòng nơi Duy ngủ tối qua:

"Em cho anh thuê căn phòng đó, lấy rẻ thôi".

Duy ngạc nhiên:

"Thật không, cô không thấy hai chúng ta sống chung là rất kỳ à, cô không sợ người ngoài họ nói lung tung sao, rồi công an, phường khóm không làm khó dễ cô sao, tôi ngại lắm, không được đâu".

"Không sao, mấy chuyện đó anh đừng lo, chuyện trước mắt là anh có một chỗ ở để giải quyết vấn đề tạm trú của anh mà em có thể làm được cho anh bây giờ, xong rồi thì mình tính tiếp".

"Rắc rối quá, tôi quên mất còn chuyện này nữa", Duy

nói với nụ cười buồn trên môi, “tôi bây giờ đúng là một con số không”.

Khanh cười, đôi mắt đẹp của nàng cũng muốn cười theo để an ủi Duy:

“Anh lấy giấy tờ, đi với em ra công an Phường làm lại đơn tạm trú”.

“Tạm trú ở đây à?, có được không?”.

“Được, em quen họ, dễ thôi mà”.

Sau ngày ra khỏi trại tù, Duy không thể tưởng tượng được cuộc sống thay đổi và chính cuộc đời của chàng cũng thay đổi nhanh như vậy, là số mạng hay là sự ngẫu nhiên, chàng cũng không rõ, chỉ lờ mờ hiểu rằng mình giống như một người đi xa đã lâu lắm và đang lạc lối về, lạc lối về nhà mình, lạc lối trên chính quê hương của mình.

Chưa đến một tiếng đồng hồ, mọi thủ tục tạm trú của Duy tại nơi ở mới đã xong, sau đó Khanh đưa Duy đến một tiệm hớt tóc, cắt lại mái tóc dài đã lốm đốm những sợi bạc, đưa chàng đi mua vài bộ quần áo, giầy dép, Khanh nói “để anh chuẩn bị đi làm khi tìm được một công việc thích hợp”.

Thấy Khanh hào hứng nói và bắt chàng làm những việc đó, Duy đôi lúc thấy khó chịu, đã có lần chàng gay gắt nói:

“Sao cô làm giống như cô là chị tôi vậy?”.

Tiểu-Khanh vẫn với nụ cười ấy, nàng gật đầu:

“Đúng đó, em chỉ làm những điều chị Hiền nhờ và em đã hứa, từ bây giờ trở đi anh chỉ cần biết rằng tất cả là chị ấy muốn anh làm, không phải em”.

Một lần nữa, Duy chịu thua.

Gần nửa năm sau, Duy đã quen dần với việc có Khanh ở bên cạnh mọi lúc, mọi nơi trong đời, cảm giác cô đơn trong tâm hồn đã dần phai, chàng cảm thấy mình và Khanh đã gần gũi, thân mật hơn và hình như không thể xa nhau được nữa.

Những việc làm hàng ngày của Tiểu-Khanh và cả hình bóng nàng đã đi vào cuộc đời chàng, rất chậm nhưng thấm dần, khiến Duy đã thích nghi phần nào với cuộc sống mới từ lúc nào mà chính chàng cũng không nhận ra được và cũng khiến Duy cảm thấy hình như chàng đã yêu, yêu nụ cười, yêu được nghe nàng nói chuyện, yêu cái tính cách mạnh mẽ đầy nghị lực của nàng trong cuộc đời, trong đời sống của cái xã hội đầy rẫy những phức tạp này.

Trước đó không lâu, Khanh đã tìm cho Duy một công việc sau khi đã cố gắng thuyết phục Duy đồng ý, đó là kèm học cho con của một gia đình cán bộ giàu có mới nổi lên vài năm nay.

Tiểu-Khanh an ủi Duy bằng một nụ cười duyên:

"Chỉ để kiếm tiền xài thêm và để anh khỏi buồn chán vì nhàn rỗi quá thôi, anh đừng nghĩ gì khác, cũng không cần có mặc cảm gì hết, được không?".

Duy gật đầu, thầm nghĩ nếu muốn được sống tiếp tục nơi này để chờ một dịp may nào đó chợt đến bất ngờ, chắc cũng phải như vậy thôi,

Cũng thời gian đó, Khanh nhận được một bức thư từ Thái-Lan, là của chị Hiền báo tin đã đến đảo an toàn đang chờ làm thủ tục định cư ở Mỹ, nàng đưa cho Duy coi, Duy mừng lắm nhưng cũng thấy hơi một chút tủi thân, dù sao cũng có Khanh bên cạnh luôn chuyện trò an ủi, Duy cảm nhận được là mình đã bớt đi phần nào của nỗi cô đơn.

Thời gian dần trôi nhanh, cuộc sống thì vẫn phải tiếp diễn, đã lại gần thêm một cái Tết nữa sắp đến. Vào một buổi chiều thứ sáu có mưa nhẹ và trời thì bỗng nhiên trở lạnh, Duy đang ở trong bếp thì Khanh bước vào:

"Anh làm gì đó?".

"Cô đi làm về rồi à?, hôm nay tôi đi chợ, muốn tự mình nấu vài món ăn, sắp xong rồi, cô nghỉ ngơi một chút rồi ăn cơm".

Khanh ngạc nhiên, nàng đứng lặng nhìn Duy một lúc rồi mới đi ra ngoài, vừa đi vừa mỉm cười.

Lúc hai người sắp sửa ngồi vào bàn ăn, Khanh hỏi:

"Anh có chuyện gì đó muốn nói với em, phải không?".

"Tôi định ăn xong mới cho cô biết, nhưng cô hỏi thì tôi nói luôn, hôm nay là sinh nhật của tôi, năm nay may mà có cô, nếu không tôi lại thui thủi một mình, Duy buồn bã trả lời với một chút ngậm ngùi".

Khanh nghe xong, nàng bước đến trước mặt Duy, vòng tay ôm lấy cổ chàng rồi ghé vào tai Duy nói nhỏ:

“Anh chờ em một chút”.

Không đợi Duy có phản ứng, Khanh đi nhanh vào phòng mình, bưng ra một khay gỗ đặt trên bàn, phía trên là một chiếc bánh ngọt có cắm vài cây nến, thêm hàng chữ chúc mừng sinh nhật bằng kem màu đỏ, nàng tươi cười:

“Quà sinh nhật của anh đây”.

Đến lúc này thì Duy thực sự ngạc nhiên:

“Làm sao cô biết được?”.

Khanh cười, lại vẫn nụ cười ấy, nàng nheo mắt:

“Lúc anh khai lý lịch tạm trú, em đọc qua rồi nhớ”.

Duy cảm động, chàng sững sờ nhìn Khanh một lúc lâu rồi nhẹ nhàng nói: “anh cám ơn em”.

Duy nói xong, trên môi nở một nụ cười. Nghe Duy đổi cách xưng hô, gọi nàng là em, Khanh chợt thấy xúc động, nàng biết mình đã giúp Duy quên đi phần nào nỗi buồn của những năm tháng đã qua, và cả nỗi cô đơn trong tâm hồn chàng bấy lâu nay.

Có lẽ Duy cũng cảm thấy như vậy, chàng nhìn Khanh như đang tò mò muốn biết thêm nàng còn những nét đáng yêu nào khác khiến chàng càng lúc càng muốn gần gũi nàng hơn.

“Còn bất ngờ nào nữa không?”.

“Còn, nhưng em đói rồi, mình ăn đã, để xem anh nấu nướng có ngon không”.

“Anh nấu ăn kiểu tranh thủ cải thiện ở trong tù, em đừng cười”.

“Không đâu, không đâu, ngon lắm, ngon thiệt đó, anh cũng ăn đi, nếu không em ăn hết, anh đói thì ráng chịu”.

“Anh nhịn đói quen rồi, đói thêm bữa nay nữa chắc không sao đâu”.

“Vậy thì tốt, em ăn hết cho anh coi”.

Hai người cùng phá lên cười, cùng đưa ly nước ngọt lên mời nhau uống, lâu lắm Duy mới được một ngày vui như hôm nay.

Xong bữa cơm, Khanh đứng lên, nàng nói bằng ánh mắt và nụ cười:

“Bây giờ mình ăn bánh chúc mừng sinh nhật anh”.

Duy nhìn Khanh thật lâu, nàng cúi đầu tránh cặp mắt của chàng với hơi một chút e thẹn, rồi nàng lại cười, với hơi một chút kiêu sa, với hơi một chút sắc hồng trên gò má.

Thêm một lần nữa, Duy thì thầm bên tai Khanh:

"Cám ơn em".

Khanh bật diêm đốt nến nói câu chúc mừng, Duy cắt bánh đặt vào hai đĩa nhỏ để trên bàn rồi đi đến trước mặt Khanh, đưa tay ôm hai bờ vai nàng kéo sát vào mình định hôn lên đôi môi đang chúm chím nụ cười.

Không biết Khanh có cảm thấy bất ngờ không, nhưng nàng đã đưa tay lên, đẩy Duy ra xa, nghiêng đầu khẽ nói:

"Đừng anh, hôm nay em đã cảm thấy rất hạnh phúc và rất vui rồi, mình còn thời gian lâu dài sau này nữa mà".

Duy nghe xong, chàng ngập ngừng nói nhỏ:

"Anh xin lỗi".

Khanh lại cười, "ăn bánh đi anh".

Duy cảm thấy yêu nàng hơn bao giờ hết, từ chỗ tâm hồn như gỗ đá đến cảm giác yêu đương cũng không xa lắm, và cũng không rõ tự lúc nào.

Ăn xong miếng bánh ngọt, Khanh nhìn vào mắt Duy, nàng nói:

"Còn một chuyện nữa em muốn nói với anh".

"Em nói đi".

Khanh hạ thấp giọng, thì thầm bên tai Duy:

"Độ vài tháng nữa, chúng ta sẽ đi, em đã lo được hai chỗ trên tàu cho chuyến vượt biên này rồi, anh có muốn cùng đi với em không?".

Vừa ngạc nhiên vừa hồi hộp, một lúc lâu sau Duy mới thốt lên:

"Dĩ nhiên là anh muốn, nhưng em nói có thật không, có chắc chắn không?".

"Anh nghĩ chuyện này em có thể nói đùa được sao, anh cứ yên tâm, mọi việc đã sắp xếp xong, chờ người tổ chức là chú Năm Tân tới báo là mình đi liền, anh có tin tưởng ở em không?".

"Anh tin, nhưng tiền ở đâu em có, nói cho anh biết em đã lo như thế nào?".

"Chuyên dài dòng lắm, anh đừng thắc mắc gì hết, nếu đi được, qua bên đó em sẽ kể cho anh nghe".

"Bên đó là bên nào?".

"Bất cứ nơi đâu để anh có được tự do, không ở đây nữa là được rồi".

Duy đến gần Khanh, ôm đầu nàng ép vào ngực chàng. Khanh thấy như nhịp thở của Duy đang truyền vào tim nàng và vào cả tâm hồn nàng, nàng đang cảm thấy như có một chút gì đó, hình như là niềm hạnh phúc đang dâng trào, khiến nàng phải xao xuyến, mình đã yêu Duy rồi sao?.

2.-Ăn Tết xong, thời gian qua nhanh, thêm vài cái Tết nữa, vào một buổi trưa ngày đầu tháng tư năm 84, Khanh về sớm, nàng vội vàng cùng Duy thu dọn một ít đồ ăn, nước uống và giấy tờ cá nhân, dặn dò chàng giữ kỹ, cùng ăn uống xong đến xế trưa thì đáp xe đò đi Long-Hải, từ đó sẽ lên tàu vào buổi tối.

Cho đến cuối ngày hôm đó, trong màn đêm tối đen không thấy mặt người, ông Năm Tân gọi mọi người rời khu nhà lá ẩn náu lúc xế chiều để đi theo ông, với lời căn dặn phải tuyệt đối giữ im lặng trong lúc di chuyển.

Duy cùng Tiểu-Khanh và những người vượt biên vội vàng, hối hả và dĩ nhiên vô cùng hồi hộp, lội bộ giữa một đám lau sậy sình lầy rồi leo lên vài chiếc thuyền nhỏ chờ sẵn bên mé con lạch, sau đó những chiếc thuyền lặng lẽ xuôi dòng ra giữa sông, nơi có một con tàu gỗ khá lớn chờ sẵn, từ xa phía sau họ là những ánh đèn pin, chớp lên vài lần rồi tắt hẳn, lẫn với tiếng la hét của đám công an vọng lại, nhỏ dần, nhỏ dần rồi trở lại không gian êm ả của màn đêm.

Khi leo lên được thành tàu, nhảy xuống ngồi chồm hổm dưới khoang, Duy mới biết chàng đã không nhìn thấy Khanh đâu hết, không thấy nàng từ lúc nào thì chàng không thể biết và không nhớ nổi, chàng gọi "Khanh ơi, Khanh ơi, em đâu rồi…", nhưng bị một bàn tay nhanh chóng bịt lấy miệng chàng. Duy cố vùng vẫy để leo lên thành tàu nhưng có nhiều bàn tay lôi giữ chàng lại.

Con tàu hướng ra phía cửa biển, bỏ lại những con thuyền

nhỏ lô nhô trên mặt sông đang bơi ngược vào bờ, chỉ còn tiếng sóng nước vỗ bên mạn tàu, tiếng động cơ và những chùm khói phun ra rồi tan loãng vào không gian.

Còn lại cho Duy là nỗi thất vọng xâm chiếm, là hình ảnh những chiếc thuyền nhỏ xa dần, mất hút trong mịt mùng bóng đêm, trong cái vô tình và lạnh lùng của sông nước của biển vắng mênh mông cùng với chập chùng tiếng sóng rì rào.

Duy ngồi thu mình dưới khoang tàu, suy nghĩ miên man, tự trách mình sao không nắm chặt tay Khanh, sao không đẩy nàng lên tàu trước rồi mình sẽ leo lên sau, rồi ôm mặt khóc, khóc nức nở, nghẹn ngào như một đứa trẻ.

Trời sáng dần ở phía đông, những người trong tàu đều không ngủ, Duy cũng vậy, hầu như tất cả đều đang thao thức với những trăn trở riêng tư.

Duy ngồi thẳng lên, lấy trong túi chiếc da vẫn đeo trên vai một ổ bánh mì, bẻ một mẩu cho vào miệng, uống một hớp nước, cảm thấy tỉnh táo đôi chút, đưa mắt nhìn quanh, chàng hỏi thăm tìm ông Năm Tân đang ngồi lặng lẽ ở một góc khoang gần chỗ Duy, chàng lách mình đến cạnh ông ta, cất tiếng chào và hỏi:

"Xin lỗi ông Năm, ông có thể cho tôi biết trên tàu có bao nhiêu người không?".

"Ba mươi chín", ông ta run giọng nói nhỏ.

Duy nói cám ơn, đưa mắt nhìn quanh, nhẩm đếm từng đầu người, kể cả người lái tàu và chàng chỉ là ba mươi tám người, đếm đi đếm lại hai ba lần, lần nào cũng thiếu một người.

"Không đúng, tại sao chỉ có ba mươi tám".

"Ba mươi chín", Năm Tân sẵng giọng trả lời mà không để ý đủ hay thiếu người, có lẽ ông đang hồi hộp, lo lắng cho những bất trắc có thể xảy ra cho chuyến đi này.

Duy cúi đầu, lặng lẽ quay về chỗ ngồi, chàng không thể suy đoán để biết gì thêm về những chuyện vừa xảy ra.

Sau gần ba tuần lễ lênh đênh trên biển, với hai lần tàu chết máy và một cơn bão bất chợt qua nhanh, cuối cùng con tàu cũng trôi dạt được vào một mảnh đất xa lạ, ngay lúc ấy Duy biết mình đã vượt thoát.

Sau đó là những tháng ngày dài trên đảo, với những sinh

hoạt ăn uống hàng ngày, những tiếng khóc cười, những buồn vui lẫn lộn, những thủ tục phỏng vấn khai báo lý lịch, những chuyến đưa tiễn người cũ trên đảo đi định cư, những cuộc đón tiếp người mới vừa may mắn đến sau, cuối cùng là lời xin lỗi của ông Năm Tân, ông ta nói là không thể biết được tại sao lại thiếu đi một người trên tàu.

Rồi khoảng bảy, tám tháng sau đó, cuối cùng cũng tới lượt Duy được gọi tên để đến Hoa-Kỳ, đến một đất nước mới, bắt đầu cho chàng một cuộc sống cũng hoàn toàn mới, thực sự mới lạ và quan trọng hơn cả là thực sự được tự do.

3.-Đầu mùa thu năm 1993, ngồi trên chuyến bay trở về Việt-Nam, Duy mang trong lòng những buồn vui lẫn lộn của một lữ khách xa nhà đã lâu, của một kẻ lưu lạc tha phương, hôm nay trở về tìm lại quê hương đã mất, bồi hồi và ân hận, bởi lẽ trong tâm trạng u uẩn rối bời đó luôn có hình bóng của Tiểu-Khanh.

Duy nhớ Tiểu-Khanh, nhớ nàng mỗi ngày mỗi đêm, nhớ da diết khôn nguôi.

Đã nhiều thư gửi về Sài-gòn nhưng đều không có hồi âm, bức thư cuối cùng được trả lại Duy với dòng chữ "không có người nhận", làm cho chàng rơi vào nỗi tuyệt vọng vô bờ.

Gia đình chị Hiền đã định cư trước đó ở Tiểu bang New York, cô đứng ra bảo trợ nên Duy được đưa về sống gần cô, đến nay Duy đã có được một việc làm ổn định, mua được một căn nhà tuy không lớn nhưng rất tiện nghi và xinh xắn.

Duy không nghĩ ngợi gì khác ngoài chú tâm chăm chỉ làm việc và dành dụm tiền bạc kiếm được. Chị Hiền biết Duy buồn lắm, cô cũng biết Duy đang ấp ủ một hy vọng và một giấc mơ mà cô vẫn thầm mong Duy sẽ thực hiên được.

Năm đó, Duy đã gần bốn mươi, ngoài cái tuổi lập thân rồi, chị Hiền cũng thấy nóng ruột, hối thúc cậu em lập gia đình, cô có nhiều bạn bè ở nhiều nơi trên nước Mỹ, đa số họ đều muốn tìm chồng cho con hoặc em gái là người Việt-Nam. Họ cũng đều biết đến hai chị em Duy và Duy chính là người họ nhắm tới. Hôm ấy, nhân ngày giỗ mẹ, chị Hiền nhỏ nhẹ nói với cậu em:

"Chị đã nói với em nhiều rồi, dù sao Diễm nó đã yên phận, còn Tiểu-Khanh không biết bây giờ ra sao, em cũng cần phải nghĩ đến tương lai, em có hiểu chị muốn nói gì không?".

"Em hiểu", Duy trả lời chị rồi im lặng.

"Em hiểu là tốt rồi, vậy từ bây giờ chị sẽ thay bố mẹ để lo cho em".

Thật ra Duy đã có một ý định từ lâu, hôm nay nghe chị Hiền nói xong, và không muốn làm chị buồn, chàng mới nói:

"Hai tháng nữa, em sẽ về Việt-Nam để tìm Tiểu-Khanh, em có cảm giác là cô ấy vẫn còn đó, vẫn đang chờ em về, kết quả ra sao thì chưa biết nhưng đợi khi em về lại Mỹ, sẽ tính sau, được không chị?".

Chị Hiền không nói gì, cô biết tính cậu em nên chỉ im lặng, Duy rất kín đáo, cô không thể biết được nỗi buồn của chàng ít hay nhiều, cũng không thể biết được tình cảm của chàng với Tiểu-Khanh ra sao, cô sợ chạm vào nỗi buồn và mối thương cảm trong lòng cậu em, nên không hỏi thêm nữa.

Máy bay hạ cánh xuống phi trường Tân sơn nhất, một nhân viên của Công ty Du lịch đón Duy, làm mọi thủ tục khá nhanh, anh ta đưa Duy tới một khách sạn nhỏ ở Tân-Định, người tiếp tân dẫn chàng lên một phòng dành sẵn.

Buổi tối, Duy đi bộ xuống đường, ghé vào tiệm phở xưa kia vẫn còn đó, nơi chàng thường hay đưa Khanh đến ăn tối. Duy gọi món ăn quen thuộc trước đây, chàng ngồi ăn, nghẹn ngào trong nỗi nhớ day dứt chưa bao giờ nguôi ngoai.

Ăn xong, Duy thuê một chiếc xe ôm, đưa chàng xuống Phú-Nhuận, tìm về căn nhà xưa, căn nhà chứa đầy kỷ niệm của chàng với Tiểu-Khanh của chín năm về trước, thầm mong giờ này chắc nàng đã đi làm về và sẽ có ở nhà.

Con hẻm nhỏ không thay đổi nhiều, căn nhà cũ cũng tìm lại dễ dàng, Duy lịch sự chào người đàn bà ra mở cửa, tự giới thiệu và hỏi thăm về người yêu, người ấy nhìn Duy như muốn dò xét chàng, rồi trả lời:

"Cô Khanh à?, xin lỗi, tôi không biết, tôi mua lại nhà này đã mấy năm nay, chưa hề nghe nói đến người có tên đó".

Duy ngập ngừng giây lát, nói "cám ơn" rồi bước đi.

Buổi sáng, sau một giấc ngủ muộn, Duy dậy trễ, có lẽ vì khác múi giờ hay vì nỗi nhớ Tiểu-Khanh đã làm Duy thao thức đến quá nửa đêm.

Duy bước ra cổng khách sạn, người lái xe ôm hôm qua đã chờ sẵn, chàng nói anh ta đưa xuống ngôi chùa ở Gò-vấp, nơi bố mẹ chàng được thờ phụng bấy lâu nay. Sư Ông trụ trì tiếp Duy trong hậu điện, cùng ăn bữa cơm chay vừa cúng ngọ xong. Ăn xong, Duy lấy ra một bao thư, ngỏ ý xin được cúng dường, cám ơn nhà chùa đã bỏ công sức thay mặt hai chị em chàng để nhang khói cho bố mẹ suốt thời gian qua, có thể cả trong tương lai nữa không biết chừng.

Đàm đạo và tâm sự kể chuyện mình đã khá lâu, Duy xin phép ra về, Sư Ông tiễn chàng tới cửa chùa, chỉ tay vào chiếc đỉnh nhang lớn ở giữa sân chùa và nói:

"Trong đống tro tàn nào cũng có những hạt giống của cây từ bi, cố gắng vun trồng chắc chắn sẽ cho ra nhiều hoa thơm, quả ngọt".

Duy ghi nhớ câu nói ấy trong lòng như một lời an ủi, hay hơn nữa, như một lời khuyên bảo, tự nhủ sẽ không bao giờ quên.

Về lại khách sạn, sau giấc nghỉ trưa, Duy lấy trong hành lý vài chiếc hộp gói sẵn làm quà để đến thăm ông bà Mạnh, là những người mà Duy vô cùng yêu quý, cho dù cuộc tình với Diễm đã tan vỡ trong tiếc nuối khôn nguôi, trong cái định mệnh khắc nghiệt của thời cuộc, kèm theo bao nỗi oan khiên của đất nước.

Ông Mạnh ra mở cổng, ông vừa ngạc nhiên vừa xúc động, ông đưa đôi tay run rẩy ôm lấy Duy, nhẹ nhàng cất tiếng:

"Gặp lại con, Ba mừng lắm".

"Con cũng rất vui, con mong mỗi năm lại được về thăm Ba Má một lần".

Duy nhìn quanh cất tiếng hỏi ông Mạnh:

"Sao con không thấy Má đâu hết".

"Bả đi đâu ba không rõ, chắc là qua lối xóm có chuyện gì đó thôi, cũng sắp về rồi, con ngồi kể chuyện bên Mỹ cho Ba nghe".

Ông Mạnh lấy trong tủ lạnh vài món đồ nhậu và chai rượu

bày trên bàn, ông vừa uống rượu vừa trầm ngâm nghe Duy nói về nước Mỹ, rồi hai người lại lan man trở về với những kỷ niệm xa xưa lúc còn trong quân ngũ.

Uống thêm vài ly, Duy cảm thấy men rượu đang dần thấm trong người, chàng nổi hứng cầm đũa gõ trên thành ly, miệng nghêu ngao hát:

"*Bốn bể luân lạc tha phương,*
trời Nam nghìn dặm thẳm,
non nước một màu sương...

Ông Mạnh ngồi im lặng, nghe xong thì ông cười, trận cười vang dội trong nhà.

4.-Buổi chiều xuống dần, Duy đang mơ màng hồi tưởng lại những ký ức đã qua, thì nghe có tiếng cười nói vui vẻ của bà Mạnh cùng tiếng cửa mở, bà bước vào nhà, theo sau là một cô gái.

Duy sửng sốt đứng lên. Duy đứng như vậy rất lâu, ngỡ ngàng nhìn cô gái, quên cả cất tiếng chào bà Mạnh, quên cả có ông Mạnh ngồi đó, chàng tỉnh hẳn người và cảm thấy như chưa hề uống giọt rượu nào, chàng nói thầm trong miệng như đang nói cho mình nghe:

"Tiểu-Khanh!, có phải là em không?".

Người con gái, đúng là Tiểu-Khanh, im lặng đứng nhìn Duy, nàng chỉ nhẹ nhàng gật đầu rồi lặng lẽ nhìn chàng thật lâu, cái nhìn ấy kèm theo một nụ cười, vẫn nụ cười ấy, nụ cười đã khiến Duy yêu nàng say đắm và tình yêu này thì không thể nhạt phai, hình như nụ cười đó đang thay thế cho tiếng gọi tên chàng, gọi tên chàng mà không thốt ra lời gọi.

Bà Mạnh biết Khanh đang xúc động, bà dìu nàng ngồi xuống ghế, ông Mạnh như muốn phá tan bầu không khí im lặng đã kéo dài khá lâu, nhẹ nhàng cất tiếng:

"Duy cũng ngồi xuống đi, để Ba Má nói cho các con nghe".

Khi mọi người đã ngồi quanh bộ salon, ông Mạnh mới từ tốn kể lại mọi chuyện, mỗi lời nói của ông như những làn gió mát, chúng thổi bay đi những đám mây đen đang bao phủ tâm hồn Duy:

"Tiểu-Khanh là con nuôi của Ba Má từ sau mùa hè đỏ lửa năm bảy mươi hai, sau khi cả bố mẹ của hai anh em nó qua đời, cha của Khanh vốn cũng là một sĩ quan, cả hai vợ chồng đều là bạn thân của ba má từ những năm đầu trong quân đội".

Nói tới đó thì ông ngừng lại, nghẹn ngào, bà Mạnh tiếp lời chồng:

"Cho đến năm bảy mươi lăm, Ông ấy đi tù, giống như con vậy, anh của Khanh thì theo gia đình vợ đi vượt biên, còn một mình Khanh, Má mới gọi nó về sống chung ở đây làm bạn với Diễm, lúc đó cả hai đứa và cả Má nữa đều cũng đang rất buồn và lo lắng, con biết đó".

Duy cúi đầu suy nghĩ, chàng ngập ngừng hỏi:

"Nhưng tại sao Ba Má dấu con, khi lần đầu con đưa Tiểu-Khanh về đây hồi Tết năm đó mà không ai ngạc nhiên gì hết, không ai nói chi hết rồi những lần sau con đến thăm, hai người vẫn không cho con biết?".

Bà Mạnh cười:

"Những chuyện đó thì Khanh sẽ nói cho con nghe sau, bây giờ mình ăn cơm, mừng hôm nay con về thăm nhà đã, thím Tư chắc đã dọn cơm xong rồi, mình vào trong đi các con, ông Mạnh, đi với tôi".

Khi mọi người đã ngồi vào bàn ăn, bà Mạnh hướng vào nhà bếp, gọi lớn:

"Chú thím Tư ra ngồi ăn với gia đình cho vui, Má quên nói với Duy, Diễm nó cho chú thím Tư đến giúp Ba Má mọi việc trong nhà cho Ba Má đỡ mệt, nó nói Ba Má lớn tuổi rồi, cần được nghỉ ngơi nhiều, phòng khi Tiểu-Khanh đi lấy chồng, Ba Má còn có người bên cạnh săn sóc".

Ăn xong bữa cơm và sau khi đã hàn huyên khá lâu sau, ông bà Mạnh nói đã mệt nên đi ngủ sớm, chỉ còn Tiểu-Khanh và Duy ngồi lại. Khanh nhìn Duy thật lâu, nàng cười, vẫn nụ cười ấy, nàng nói:

"Tóc anh bạc đi nhiều quá rồi".

Duy gật đầu, chàng cũng nhìn Khanh, nàng vẫn đẹp, nét đẹp thuần khiết, dịu dàng mà đằm thắm, lẫn trong vẻ tinh nghịch đáng yêu của chín năm về trước:

"Anh nhớ em nên tóc bạc nhiều mà thôi".
"Anh nói xạo".
Ngập ngừng giây lát, Duy lên tiếng:
"Thật mà, em có điều gì muốn nói với anh không?".
Một niềm thương cảm dâng lên trong lòng, Khanh với giọng nói ngọt ngào như xưa, nàng thì thầm:
"Bây giờ, em sẽ nói cho anh biết tất cả. Bắt đầu từ ngày anh đến thăm hai bác sau khi ở tù về, thì ngay hôm sau hai bác đã cho chị Diễm đã biết hết mọi chuyện về anh, sau đó chị ấy đã âm thầm tính toán mọi thứ để lo lắng cho anh mà không muốn cho anh biết".
"Diễm lo lắng cho anh?, là sao?".
"Chị ấy lợi dụng chức quyền, tiền bạc của nhà chồng, lợi dụng cả tình yêu của chồng để chị ấy kín đáo sai khiến đám nhân viên và công an dưới quyền bố chồng để làm việc cho chị ấy, chị đã nhờ em thay chị ấy làm mọi chuyện, từ việc thuê căn nhà ở Phú-Nhuận, bảo em theo dõi anh từng bước đi, đến hôm anh uống say ở chân cầu Kiệu rồi em đưa anh về, lấy lại chiếc xe đạp, tìm việc làm cho anh, sinh nhật của anh, cho đến chuyện anh đi vượt biên, tất cả do một tay chị ấy sắp xếp, em chỉ làm theo những gì chị ấy dặn dò, thế thôi, cũng may mà mọi chuyện đều trót lọt".
Duy ngạc nhiên và cảm thấy rung động trong lòng, chàng hỏi:
"Diễm làm như vậy mà không sợ hậu quả sau đó sao?".
"Không, chị ấy nói rằng tới đâu hay tới đó, miễn sao lo được cho anh thật trọn vẹn và đầy đủ chị ấy mới yên tâm".
"Rồi em đồng ý làm theo mọi thứ theo ý của Diễm à?".
"Đúng, vì em mang ơn hai bác Mạnh là Ba Má nuôi của em, chị Diễm thì coi em như chị em ruột, em thấy chị ấy đau khổ nên không đành đứng nhìn".
"Hai bác Mạnh có biết những chuyện đó không?".
"Dĩ nhiên là ai cũng biết, nhưng chị Diễm buộc mọi người phải đóng kịch như vậy, chị nói chị biết tính của anh, nếu anh biết mọi việc mà do chị ấy làm thì chắc chắn anh sẽ nổi giận và từ chối, em xin lỗi vì đã dấu anh".

"Em có biết tại sao Diễm làm như vậy không?".

Không cần suy nghĩ, Khanh trả lời:

"Vì chị ấy yêu anh, em biết chị ấy chỉ yêu mình anh thôi, đến giờ phút này cũng thế, không hề thay đổi, có lần chị ấy nói với em rằng tình yêu với anh vượt lên trên mọi thứ".

Duy nhíu mày suy nghĩ, chàng định nói ra những ý nghĩ của chàng lúc ấy, Khanh xua tay:

"Em biết anh định nói gì, nhưng anh thử nghĩ coi lúc đó chị Diễm có thể làm gì khác hơn ngoài việc phải hy sinh bản thân chị ấy và tình yêu anh để cứu bác Mạnh không?, quyết định đó khiến em thương chị ấy nhiều hơn, thà rằng chị ấy không biết gì hết về tình trạng của bác Mạnh lúc ở trong tù thì mọi chuyện có lẽ đã khác rồi".

"Đó có phải là một điều kiện bắt buộc cho Diễm không?".

"Em không biết chị ấy lấy chồng có phải là một điều kiện trao đổi hay không vì chị ấy chưa bao giờ tâm sự với em hay với bất cứ ai về chuyện này, hình như chị ấy muốn giữ kín trong lòng để chịu đựng một mình mà thôi".

Duy chợt thấy tâm hồn mình như đang bị rung động, chàng cố nén cho cảm xúc ấy không bị dâng trào, chàng nhẹ nhàng nói:

"Em có thể hẹn để anh gặp Diễm một lần được không?, anh nghĩ dù sao thì Diễm đã có cuộc sống riêng, anh chỉ muốn nói với cô ấy một lời cuối trước khi thực sự xa nhau, anh không đành lòng để nhìn tình yêu của Diễm với anh phải chấm dứt như vậy".

"Chắc là không được đâu, vì chị ấy đã theo chồng đi làm việc ở ngoài Hà-nội rồi, không biết chừng nào mới về lại trong Nam, chính vì vậy chị ấy mới đưa chú thím Tư tới đây để lo cho hai bác Mạnh".

5.-Trời đã dần về khuya, Duy thấy vợ chồng chú thím Tư còn ở trong nhà bếp, có ý đợi hai người, chàng nói với Khanh:

"Anh còn rất nhiều điều muốn nói với em, ở đây sợ làm phiền hai bác Mạnh đang nghỉ ngơi, em có thể đi ra ngoài tối nay với anh, rồi về chỗ anh ở khách sạn để mình nói chuyện, được không?".

Khanh có vẻ hơi ngần ngại, nàng suy nghĩ một lúc rồi mới nói:

"Được, chúng ta đã có hơn một năm sống bên nhau, em cũng đang muốn có lại quãng thời gian đó dù chỉ là một ngày, vậy anh chờ em dặn thím Tư vài thứ, thay quần áo rồi mình đi, em cũng có rất nhiều chuyện để nói".

Tiểu-Khanh đưa Duy đi một vòng Sài gòn, ghé vào một tiệm cà phê quen thuộc của hai người trước kia, rồi mới quay trở về khách sạn.

"Chín năm trước, tại sao lúc lên tàu anh không thấy em?, em đã nói rằng cả hai chúng ta cùng đi, tại sao em nói dối anh rồi bỏ anh lại một mình?".

"Đúng là chị Diễm muốn em cùng đi với anh, nhưng ngay lúc ấy, em nghĩ đến hai bác Mạnh cũng là ba má nuôi của em, em mang ơn họ, em muốn lo lắng cho họ, không muốn họ cô đơn lúc tuổi già, nên em không đi, em đã trốn ở lại trên một chiếc thuyền nhỏ để quay trở vào bờ về nhà, em xin lỗi anh".

"Nếu em nói cho anh biết trước, anh đã ở lại với em rồi, chúng ta sẽ không để uổng phí cả một thời gian dài như vậy".

Thấy Duy hình như có vẻ giận, Khanh cười giả lả, nói:

"Em cũng muốn cùng đi với anh lắm chứ, nhưng sau đó thì đã lỡ rồi, anh đừng giận em".

Như chợt nhớ ra một điều gì, Duy nghiêm nét mặt:

"Anh hỏi em tại sao chuyến đi của anh năm đó và cả chuyện quay trở về của em lại an toàn và rất êm xuôi, không bị công an phát hiện?".

Tiểu Khanh cất tiếng cười giòn:

"Chị Diễm nói vì đám công an từ trên xuống dưới đã ăn chia với nhau hết cả rồi, chúng đã sắp xếp với nhau để mọi việc đều xuông xẻ như vậy đó, còn chuyện ra ngoài biển rồi thì tuỳ theo may rủi, có gặp hải tặc, tàu chết máy hay sao đó là do ý trời mà thôi".

"Giả sử nếu anh chết trên biển…"

Khanh chồm người lên, ôm chặt đôi vai rắn chắc của Duy, nàng không cần nghĩ ngợi nhiều, vội vàng áp miệng lên môi Duy, một lúc sau mới ghé lên tai chàng, rồi thầm thì:

"Không cho anh nói vậy đâu, chẳng phải bây giờ chúng ta đang ở bên nhau đây hay sao?"

Duy cảm động, chàng cũng ôm lấy Khanh, nói nhỏ:

"Anh yêu em nhiều lắm, không giận đâu".

"Lúc em trở về gặp chị Diễm, chị ấy cũng đã la em một trận rồi, chị ấy còn sợ em không chịu lấy chồng cứ ở đây hoài nữa đó".

"Cũng may là em chưa lấy chồng thật, em có biết, không ngày nào anh không nhớ em, từ lúc không thấy em trên tàu cho đến nay, nhưng anh luôn có linh cảm là em còn đó, đang chờ đợi anh, Em có nhớ anh không?".

"Có, nhớ nhiều lắm, nhưng suốt mấy năm qua em luôn nghĩ rằng mình chỉ là cái bóng của chị Diễm, dù anh có nghĩ gì về em cũng là qua hình ảnh của chị ấy trong lòng anh, nên em không dám xen vào tình yêu đó, không dám làm tan vỡ nó, vì nó quá đẹp".

Ngừng lại giây lát, Khanh thì thầm bên tai Duy;

"Ngay lúc này đây, em không mong gì hơn là được sống bên anh như chín năm trước, dù chỉ là một đêm nay, thế là đủ rồi".

"Có nghĩa là em yêu anh, đúng không?, em phải biết một điều là dù trước đây anh yêu Diễm bao nhiêu đi nữa thì tình yêu ấy bây giờ cũng chỉ còn là quá khứ, dĩ vãng buồn đó anh đã dần quên rồi, hơn nữa chính em là người khuyên anh phải nhìn về tương lai mà sống, và đối với anh thì em chính là tương lai của anh, em có biết vậy không?".

"Em biết", Khanh gật đầu, đưa tay vén mấy sợi tóc phủ trên trán.

"Chúng ta đã lớn và đã đến lúc phải tính chuyện sau này rồi".

"Là chuyện gì, em không hiểu", Khanh làm bộ ngơ ngác, hỏi lại Duy.

"Là tình yêu, tình yêu đó, em có hiểu tình yêu là gì không?, anh yêu em, anh muốn đưa em qua Mỹ sống với anh, em đồng ý không?".

"Em vẫn chưa hiểu, là sao?".

"Anh yêu em và anh muốn em là vợ anh, anh đã yêu em từ chín năm trước đây, chính là vào ngày sinh nhật của anh năm đó, em có biết vậy không và em có yêu anh không?".

"Có yêu, nhưng vẫn chưa hiểu".

"Anh sẽ gọi điện thoại cho chị Hiền, xin anh chị về Việt Nam tổ chức đám cưới cho em và anh, sau đó anh về Mỹ làm thủ tục bảo lãnh, có thể chỉ hơn một năm sau, anh sẽ được đón em qua với anh rồi, em hiểu chưa?".

Tiểu-Khanh không trả lời, mặt nàng đỏ bừng, cúi đầu thấp xuống để dấu đi nỗi ngượng ngùng chợt đến tự bao giờ.

"Em không trả lời, tức là em đã hiểu và đồng ý rồi, phải không?, Anh yêu em, yêu em nhiều lắm, em biết không?. Trước đây, em nói gì anh cũng đều phải nghe theo em, bây giờ đến lượt anh nói, em phải nghe theo anh, nhé, em yêu dấu".

Duy ôm Tiểu-Khanh trong vòng tay, ôm thật chặt như sợ nàng vuột mất, chàng hôn lên môi nàng, hôn thật nhẹ nhàng như sợ đôi môi xinh đẹp kia sẽ bốc hơi rồi tan biến thành khói sương, rồi chàng thầm thì bên tai nàng:

"Anh tìm được em rồi, sẽ không để mất em thêm một lần nữa đâu".

"Anh làm cách nào để giữ được em?".

"Bằng tình yêu của anh".

"Bây giờ thì em hiểu rồi".

"Em sẽ không chạy trốn anh được nữa đâu".

"Không đâu".

Duy hôn Tiểu-Khanh, chàng nói:

"Cám ơn em, bây giờ em ngủ đi".

Khanh hôn lại trên môi Duy, nụ hôn ấm áp và thật ngọt ngào.

Suốt đêm hôm ấy, Duy không ngủ, chàng nằm cạnh Tiểu-Khanh nghiêng đầu ngắm nhìn nàng ngủ, mái tóc xoã phủ hờ hững trên khuôn mặt trắng hồng, Duy thấy nàng mỉm cười, nụ cười ngây thơ và đẹp như một thiên thần.

6.-Vào ngày cuối năm 1999, trong khi đang xem chương trình nước Mỹ đón mừng năm mới trên máy truyền hình, anh Thịnh hình như chợt nghĩ ra một điều gì đó, hào hứng nói với vợ:

"Sao anh thấy chuyện của ba đứa Diễm, Duy với Tiểu-Khanh giống chuyện cổ tích Dương-Lễ cho vợ Châu-Long đi nuôi bạn Lưu-Bình ngày xưa quá, em có thấy vậy không?".

Chị Hiền nhíu mày suy nghĩ, một lúc sau mới trả lời:

"Cũng hơi giống, nhưng Diễm nó là đàn bà, đâu phải đàn ông như Dương-Lễ, nàng Châu-Long là vợ ba của Dương-Lễ còn Khanh chỉ là em nuôi của Diễm, hơn nữa Duy thì khác xa với Lưu-Bình, vả lại nàng Châu-Long trở về với chồng, để cho chàng Lưu-Bình sống lẻ loi một mình, còn Khanh với Duy, chúng nó lấy nhau thành vợ thành chồng, khác nhau nhiều chứ".

Anh Thịnh nói chữa thẹn:

"Thì anh đâu có nói giống tuyệt đối, chỉ hơi giống thôi".

Chị Hiền theo đó, nói trêu ghẹo chồng:

"Giả sử, em nói giả sử thôi, nếu anh có người bạn thân bị thất bại trên đường đời, anh có để cho em đóng vai Châu-Long đi giúp anh ta không?, cũng hơi giống như anh nói đó".

"Không đời nào đâu, lỡ ông bạn đó tán tỉnh dụ dỗ em rồi em đi theo hắn luôn thì anh sống với ai", anh Thịnh ghẹo lại vợ, thấy cô yên lặng, anh nói tiếp:

"Chỉ là chuyện cổ tích thôi mà".

"Cũng đúng, nếu là chuyện cổ tích thì cũng nên tới đó t hôi, sau này có ra sao thì còn mới quá, không thể coi là chuyện cổ tích được, anh nhỉ?"./.

TUỆ TRUNG
(hết)

Danh ngôn

** "Hầu hết mọi rắc rối trên thế giới là do mọi người **muốn trở nên quan trọng.**" – **TS Eliot**

"Trong chiến tranh hay trong tình yêu, muốn chấm dứt, phải đến gần nhau."

Napoleon

TRẦN QUÝ TRUNG
Ước mơ khi trời gần sáng

Một buổi sáng khi trời còn ngủ
Thì tôi đã thức dậy lúc bốn giờ
Khi không gian còn đen tối âm u
Khi chim muông chưa cất cao tiếng hát
Khi ve sầu còn im lặng giữ mùa
Cho bình minh rực rỡ với muôn hoa
Tôi nhẹ bước vào căn phòng học nhỏ

Văn computer dưới ánh đèn mờ tỏ
Trên màn hình có nét chữ thân quen
Với giọng nói trầm hùng của ĐQ Anh Thái
Đang phẩm bình những bài thơ bất hủ
Của các nhà thi sĩ đã thành danh
Tôi thấy đời mình thật là có phúc
Khác ông cha đã nằm trong lòng đất mẹ

Thời các ngài đâu đã có computer
Đâu đã có microwave hâm nóng đồ ăn
Và những tách trà Thái nguyên thơm nhẹ
Đâu đã có máy lạnh khi mùa hè nóng bức
Và máy sưởi trong ngày đông tháng giá
Đâu đã có cell phone liên lạc với người thân
Đâu đã có Internet/Google để tra cứu
những câu chưa hiểu

Tôi trân trọng ghi công những nhà bác học
Những kỹ thuật gia với thế giới muôn màu
Tôi tạ ơn Phật Chúa ở trên cao
Đã dạy loài người biết Từ bi, Bác ái
Cho muốn hoa nở rộ dưới nắng hồng
Tôi cũng thâm tạ người yêu bé nhỏ

Đã cho tôi những lời nói mặn mà
Tôi ghi nhớ công cha và nghĩa mẹ
Như núi Thái sơn và biển Thái bình
Đã cho tôi một cuộc sống bình yên
Với thân tâm trong sáng thật hiền hòa
Tôi yêu thiên nhiên núi biển, sông hồ
Và tôn sùng những anh thư, hào kiệt

Của Việt Nam tôi mãi mãi yêu thương
Tôi mong thế giới không còn bom đạn
Là ước mơ khẩn thiết của mọi người
Sau hết cho tôi viết lời thơ vĩnh biệt
Khi mệnh trời ngưng nuôi dưỡng tấm thân tôi
Lính hồn tôi sẽ về dưới chân Phật tổ
Xa lánh cõi trần đầy phiền não, vô thường

TRẦN QUÝ TRUNG

QUYÊN DI
ỐC LUỘC

Bà chúa thơ Nôm Hồ Xuân Hương xứng đáng được tuyên phong là "đệ nhất ỡm ờ." Bà tả một vật, thì rõ là tả cái vật ấy, nhưng đọc lên, ai cũng liên tưởng đến một vật khác. Thí dụ bà tả cái quạt giấy:

Một lỗ sâu xâu mấy cũng vừa
Duyên em dính dáng (dính dán) tự bao giờ.
Chành ra ba góc, da còn thiếu,
Khép lại hai bên, thịt vẫn thừa.
Mát mặt anh hùng khi tắt gió,
Che đầu quân tử lúc sa mưa.
Nâng niu ướm hỏi người trong trướng:
Phì phạch trong lòng đã sướng chưa?

Hay bà tả quả mít:

Thân em như quả mít trên cây
Da nó xù xì, múi nó dày.
Quân tử có thương thì đóng nõ,
Xin đừng mân mó, nhựa ra tay.

Lại có cái con kia, không biết là may hay không may, được bà chúa để mắt tới, đó là con ốc. Chắc là đã săm soi, ngắm nghía con này khá lâu, bà chúa mới hạ bút, tả:

Bác mẹ sinh ra phận ốc nhồi
Đêm ngày lăn lóc đám cỏ hôi.
Quân tử có thương thì bóc yếm
Xin đừng ngó ngoáy lỗ trôn tôi.

Bà chúa chỉ dạy cách ăn ốc, làm sao lấy được con ốc ra khỏi vỏ, nhưng vì cách nói ỡm ờ của bà, người đọc liền nghĩ (tầm bậy) sang chuyện khác.

Vì bài thơ "Con Ốc" này mà suýt nữa anh Tuấn bị bố tôi phạt.

Anh Tuấn là anh cả trong nhà. Anh đẹp trai, răng khểnh, ăn nói có duyên, lại có khiếu văn chương, văn nghệ. Về sau anh lớn lên, nhiều cô chết mê chết mệt vì anh. Anh Tuấn hơn tôi chín tuổi. Dạo ấy anh khoảng mười bốn, mười lăm.

Gia đình chúng tôi quen biết chú Mấm. Chú người nhà quê, thật thà, chất phác, rất tốt bụng. Chúng tôi là gia đình rời Hà Nội đi tản cư mà chú cứ xem như là thượng khách trong làng không bằng. Đến nhà, chuyện trò với bố mẹ tôi hay bố mẹ chị Bích Khuê (cũng là gia đình tản cư, được người dân xứ đạo cho ở chung nhà với gia đình tôi,) chú xưng là "con." Nói mãi, chú đành đổi "con" thành "cháu."

Anh Ngọc và tôi rất mê chú Mấm. Chú đến nhà, làm đủ thứ đồ chơi cho anh em chúng tôi. Sao chú khéo tay thế không biết! Chú làm diều đẹp ơi là đẹp. Diều thả bay cao ơi là cao. Sáo diều vi vu hay ơi là hay. Mê nhất là có lần chú làm cho anh em chúng tôi cái xe ô-tô. Thân xe bằng các-tông. Bốn bánh xe bằng bốn cái nắp chai bia. Chú nhặt ở đâu được một tấm gương vỡ, tìm cách cắt một miếng vuông vắn làm kính xe. Xe ô-tô lại có gắn cái kèn nhỏ, bóp kêu toe toe. Đẩy cái xe thì nó lăn bánh được. Anh Ngọc và tôi ngồi cách nhau mấy sải tay, đẩy xe qua lại. Lâu lâu một đứa lại bóp kèn kêu toe toe rồi cả hai cười như nắc nẻ. Hôm ấy, đi ngủ, anh Ngọc nhường cho tôi nằm ôm cái xe ô-tô suốt đêm.

Sáng hôm ấy, chú Mấm lại đến nhà, khệ nệ mang theo một cái rổ. Mẹ tôi hỏi: "Anh Mấm đem gì đến đấy?" Chú Mấm vừa thở vừa nói: "Bẩm ông bà, cháu mới ra ao, bắt được rổ ốc vặn. Gớm, sao hôm nay chúng nó ở đâu kéo đến đông quá đi mất. Ốc này béo ra phết. Cháu đem đến để các ông bà và các cô cậu xơi cho biết quà quê. Để cháu luộc cho." Mẹ tôi cười, bảo: "Cám ơn anh cho quà. Tôi biết luộc. Xế chiều mời anh sang xơi nhé."

Anh chị em chúng tôi và cả chị Bích Khuê đang chơi quanh đấy. Anh Tuấn, không biết xem được thơ bà Hồ Xuân Hương trong sách nào, thấy ốc, liền buột miệng đọc ngay: "Bác mẹ sinh ra phận ốc nhồi. Đêm ngày lăn lóc đám cỏ hôi. Quân tử có thương thì bóc..." Bố tôi đằng hắng một tiếng và lườm anh. Anh Tuấn im bặt, không dám đọc nốt bài thơ. Bố tôi không cho anh đọc tiếp, vì thấy có chị Bích Khuê đứng đấy. Từ khi chúng tôi còn nhỏ bố đã căn dặn không được nói những lời sỗ sàng với phụ nữ hay khi có mặt phụ nữ. Anh Tuấn im miệng đúng lúc, nhưng chị Bích Khuê chắc cũng biết bài thơ ấy, mặt chị đỏ như quả nhót chín.

Chú Mấm về rồi, tôi giục mẹ: "Mợ ơi, mợ luộc ốc cho chúng con ăn ngay đi." Mẹ tôi trả lời: "Không luộc ngay được đâu, chú mình! Phải làm cho ốc sạch đã." Rồi mẹ đem rổ ốc vào bếp. Chị Bích Khuê đi theo, nói: "Bẩm bác, cho cháu học bác cách rửa ốc, luộc ốc ạ." Chị Bích Khuê đi theo mẹ tôi thì tôi cũng đi theo chị.

Thấy chị Bích Khuê ngoan ngoãn, dễ bảo, mẹ tôi nhờ: "Cô Bích Khuê giúp tôi vo rá gạo này nhé, để nhát tôi thổi cơm chiều. Cô nhớ đừng bỏ nước vo gạo đi, phí. Nước ấy để ngâm cho ốc nhả sạch các chất bẩn ra đấy."

Chị Bích Khuê nhanh nhẹn: "Bẩm bác, cháu vo gạo ngay ạ." Thế rồi đôi bàn tay tháp búp, trắng hồng của chị khoắng trong rá gạo ngâm trong chậu đồng đầy nước mưa. Tôi đứng nhìn, xoè bàn tay mình ra, tay mình không có những ngón tháp bút xinh đẹp như chị. Thấy tôi đứng ngẩn ra nhìn tay chị, mẹ tôi giục: "Cu cậu giúp mợ chọn ốc nhé." Tôi ngây thơ hỏi: "Chọn ốc như thế nào hở mợ?" Mẹ tôi vừa thận trọng đổ rổ ốc vào một chậu nước khác, vừa thong thả bảo tôi: "Chú mình làm theo mợ đây. Miệng con ốc có cái vảy, gọi là cái yếm đậy bên trên. Ốc tươi thì yếm đậy hờ hờ thôi. Đụng vào cái yếm, ốc thụt ngay vào, khép yếm kín mít. Ốc chết thì yếm thụt sâu xuống, có đụng vào cũng không thấy nhúc nhích gì. Chú mình lấy con ốc ấy ra, bỏ đi. Như thế mẻ ốc luộc mới ngon được."

Chỉ một chốc, gạo đã vo xong mà ốc cũng chọn xong. Mẹ lại thận trọng trút rổ ốc tươi ấy vào chậu nước vo gạo. Xong xuôi, mẹ giải thích: "Có mấy cách ngâm ốc cho chúng nhả các chất bẩn ra cơ. Ngâm nước vo gạo là một cách. Ngâm trong chậu nước có thả trong ấy một con dao là một cách khác. Kim khí cũng khiến cho ốc nhả các chất bẩn ra. Cách thứ ba nữa là ngâm ốc với giấm có pha thêm ớt. Cách này làm cho ốc rất mau nhả chất bẩn, nhưng làm xong lại phải rửa ốc bằng nước sạch. Chung quy, ngâm ốc vào nước vo gạo vẫn là cách truyền thống, an toàn nhất. Cô Bích Khuê nhớ lấy nhé." Chị Bích Khuê nhỏ nhẹ và lễ phép: "Bẩm, cháu nghe kỹ và ghi nhớ ạ."

Tôi hỏi: "Mợ ơi, bây giờ mình làm gì? Như mợ bảo phải đợi chừng hai tiếng ốc mới nhả hết các chất bẩn ra thì lâu quá!" Mẹ tôi bảo: "Ấy, muốn có miếng ăn ngon thì cũng phải công phu, phải mất thì giờ chứ. Nhưng cũng chẳng lâu lắm đâu. Trong lúc chờ cho ốc sạch, mình chuẩn bị món nước chấm. Với lại Chúc ra vườn hái cho mợ một ít lá chanh nhé." Tôi hỏi: "Hái bao nhiêu hở mợ?" Mẹ đáp: "Chừng một vốc tay thôi. Mình luộc ốc với lá chanh cho ốc thơm."

Tôi ra buồng ngoài rủ anh Ngọc ra vườn hái lá chanh. Mùa này chanh đã ra hoa, lá non không còn bao nhiêu, nhưng mẹ tôi đã dặn: "Hái lá chanh già cũng không hề chi. Mình ăn gà luộc, cần lá chanh non thái nhỏ tăng, còn luộc ốc thì lá chanh già cũng vẫn dùng được." Hai anh em chạy ra vườn. Bên vại nước mưa, một cây chanh cành lá rườm rà, không biết đã mọc ở đấy từ thuở nào. Hoa chanh thơm, trắng lấm lấm đầy cả các cành. Anh Ngọc khôn ngoan hơn tôi, dặn: "Chúc hái lá thôi, đừng hái hoa với lại đừng làm hoa rụng nhé, để hoa nó kết quả." Tôi làm theo. Vì phải thận trọng không hái lầm phải hoa và không cho hoa rụng nên hai anh em làm cũng hơi lâu. Hái lá chanh xong, tôi định đem vào khoe mẹ, nhưng anh Ngọc đã bảo: "Mợ chưa nói, nhưng chúng mình làm trước đi. Chúc theo anh ra cây bưởi, bẻ mươi, mười lăm cái gai. Gai bưởi mà để khêu ốc thì nhất đấy. Nhưng mà Chúc phải khéo kẻo gai bưởi nhọn nó đâm chảy máu tay đấy." Tôi lon ton đi theo anh. Sao anh Ngọc biết bẻ gai bưởi để khêu ốc mà tôi không biết nhỉ! Mà anh có lớn hơn tôi bao nhiêu đâu. Mình khờ thật! Tôi vừa theo anh vừa nghĩ như thế!

Chỉ một thoáng, lá chanh cũng hái xong, gai bưởi cũng bẻ

xong. Hai anh em đem vào nhà, xuống bếp khoe mẹ. Tôi liến thoắng: “Mợ ơi, mợ không dặn nhưng Chúc biết gai bưởi khêu ốc là tốt nhất nên bẻ cho mợ hơn chục cái gai bưởi đây." Mẹ tôi khen: “Hai anh em ngoan lắm. Xứng đáng được thưởng ăn ốc luộc.” Anh Ngọc nhìn tôi, mủm mỉm cười. Anh không tranh công với tôi, mặc dù chính anh dạy tôi là ăn ốc thì phải dùng gai bưởi mà khêu. Thấy mớ gai bưởi, mẹ tôi ngâm nga câu ca dao: “Trèo lên cây bưởi hái hoa. Bước xuống vườn cà hái nụ tầm xuân… Cái anh chàng si tình ấy đến là khổ! Trèo lên cây bưởi, vừa bị kiến cắn vừa bị gai cào…” Rồi mẹ nhìn chị Bích Khuê, cười nhè nhẹ: “Chắc mai sau cô Bích Khuê làm khối anh chàng phải trèo lên cây bưởi.” Chị Bích Khuê hai má đỏ au, hàm răng trên cắn nhẹ bờ môi dưới. Chị nói lảng: “Gần bếp lửa, nóng quá bác ạ.”

Thấy chỉ có lá chanh, chị Bích Khuê hỏi mẹ tôi: “Bẩm, mình không dùng lá bưởi để luộc chung với ốc ạ?” Mẹ tôi nói: “Cũng có nhiều người luộc cả lá chanh lẫn lá bưởi với ốc. Nhưng tôi thì chỉ dùng lá chanh thôi. Lá chanh thơm dịu, còn lá bưởi thì hơi hắc. Gia đình tôi có người họ hàng ở trong Nam, họ nói rằng trong ấy người ta luộc ốc với sả, cũng thơm lắm.”

Rồi mẹ tôi bảo hai anh em tôi: “Thôi, cho hai chú chàng ra ngoài chơi. Nhát ốc luộc xong, mợ cho ăn.” Anh Ngọc vâng lời, ra ngay. Tôi thì cứ luẩn quẩn trong bếp, xem chị Bích Khuê được mẹ tôi dạy pha nước mắm chấm ốc luộc. Thấy thế, mẹ tôi cũng không nói gì.

Mẹ tôi, rất ân cần, chỉ dạy chị Bích Khuê làm món nước chấm:

“Ốc ngon mà không có bát nước chấm ngon, cái ngon giảm đi nhiều. Có những nhà chỉ pha nước mắm ngon với giấm hay với chanh, với gừng, thế là xong bát nước chấm. Nhưng cầu kỳ hơn thì mình phải dụng công. Đây, nước mắm ngon, hai thìa nhé. Nước mưa đun cho nóng âm ấm, một thìa. Quả chanh lúc nãy tôi nhờ cô Bích Khuê cắt đôi đấy, vắt nước ra, sao cho đầy một thìa. Hũ đường cát vàng đây, cô xúc cho ba thìa. Rồi nhé. Bây giờ củ gừng cô đập dập ra, tỏi bóc sẵn rồi, cũng đập dập rồi băm nhỏ. Quất tươi, lấy hai quả, thái mỏng ra. Lá chanh, thái nhỏ tăng nhé. Rau mùi, thái và băm nhỏ. Đây… làm theo tôi nhé: đổ hai thìa nước mắm, một thìa nước ấm, ba thìa đường vào bát. Cô lấy đôi đũa này, khuấy cho đều tay. Đổ gừng, tỏi, ớt, rau mùi vào bát. Cho thêm cả thìa nước cốt chanh vào. Lá chanh thái nhỏ rồi, phải không? Cô cũng cho vào bát nước chấm. Hai quả quất thái khoanh mỏng, ta cho vào bát nốt. Vị quất chua chua ngọt ngọt rất dịu, lại thêm mùi tinh dầu của vỏ quất tiết ra khiến cho bát nước chấm thơm ngon vô cùng. Ớt thì tuỳ đấy, gia đình chúng tôi không ăn cay lắm. Có thế thôi, xong món nước chấm."

Chị Khuê Bích vừa nghe mẹ tôi hướng dẫn, vừa thoăn thoắt hai tay làm theo. Chị khéo quá.

Xong xuôi, bây giờ là việc chính: luộc ốc. Gọi là việc chính, nhưng lại rất nhanh, vì tất cả đã được chuẩn bị sẵn rồi.

Mẹ tôi dặn chị Bích Khuê: "Người ta cứ đố nhau nói câu "nồi đồng nấu ốc, nồi đất nấu ếch," lúc đầu nói chậm, càng về sau càng nói nhanh mà không bị nhịu giọng thì được cho là giỏi. Nhưng thực tế thì không nhất thiết phải luộc ốc bằng nồi đồng. Cứ nồi đất mà dùng. Nồi có đáy mỏng vừa phải chứ đừng dày quá. Nồi mà đáy dày, phải luộc lâu, ốc lâu chín, có khi bị dai, kém ngon kém ngọt. Lá chanh đây, rửa sạch, cho vào nồi cùng với một bát giấm bỗng. Rổ ốc đã được chọn kỹ và rửa sạch rồi, ta nhẹ tay trút nào nồi, đổ thêm một bát nước và một dúm muối. Nhớ là chỉ một bát con nước thôi, cô nhé. Nhiều nước quá, vị ngọt của ốc sẽ mất đi, kém ngon."

Nồi ốc đã được chuẩn bị xong. Mẹ tôi khơi cho lửa trong bếp cháy lớn lên. Chỉ một lúc sau, nước trong nồi ốc sôi trào ra. Mẹ tôi chờ một phút rồi mở vung nồi. Mùi ốc thơm xông lên ngào ngạt.

Mẹ tôi dặn chị Bích Khuê câu cuối: "Bí quyết luộc nồi ốc ngon là khi nồi ốc chưa sôi thì tuyệt đối không mở vung ra. Ta cũng không nên dùng đũa đảo ốc trong nồi. Làm như thế ốc bị đứt ruột, khó khêu, khiến cho mất hứng thú người ăn ốc."

Mẹ tôi lấy tro vùi than củi trong bếp, nhanh tay đổ nồi ốc ra rổ cho ráo nước, rồi bà giục chị Bích Khuê: "Cô sang nhà ngang mời ông bà cùng sang đây ăn ốc. Phải ăn nóng thế này, ốc mới ngon." Chú Mấm cũng được nhắn sang ăn ốc luộc, nhưng chú cám ơn và nhất mực từ chối. Chú bảo bên nhà chú ăn mãi rồi.

Chỉ dăm phút sau, cả hai gia đình ngồi vòng tròn trên chiếu mà trung tâm là rổ ốc và bát nước chấm. Anh Tuấn vừa thấy rổ ốc đã lại nhanh miệng đọc câu thơ nhại giọng thơ Hồ Xuân Hương: “Thân em như thể ốc mà thôi. Thơm tho hương ngát khiến bồi hồi. Quân tử nhìn em ao ước mãi. Vừa giòn vừa béo, nhỉ, chao ôi!”

Bố tôi không kịp ngăn anh Tuấn lại, chỉ lườm anh một cái rồi đằng hắng. Chị Bích Khuê, mặt lại đỏ như quả nhót chín. Bố mẹ chị ấy cười hiền hoà. Ông bố chị lấy ra chai rượu trắng, xách theo từ lúc nào không biết, mời bố tôi: “Cám ơn ông bà Chánh cho chúng tôi xơi ốc luộc. Dân dã thế mà ngon đáo để, ông Chánh nhỉ. Ta làm với nhau mấy tợp rượu đưa cay nào.” Tôi ngồi cạnh chị Bích Khuê, thấy hai má chị đỏ chín. Sao mà chị đẹp thế. Anh Ngọc hồn nhiên, vừa ăn ốc vừa xuýt xoa khen ngon. Mẹ tôi ngồi cạnh anh Tuấn, để nhỡ anh có xuất khẩu thành thơ… Hồ Xuân Hương nữa thì kịp bấu vai anh kẻo anh bị bố mắng.

Tự nhiên, hạnh phúc đến với tôi một cách bất ngờ khi chị Bích Khuê vừa khêu ốc cho tôi vừa nói: “Chúc hái lá chanh với bẻ gai bưởi vất vả nhỉ. Đây, chị thưởng cho hai con ốc tướng này!” Lúc ấy tôi chỉ kịp hưởng hạnh phúc mà không thắc mắc gì. Lớn lên, có lúc nhớ lại những ngày tản cư cũ, tôi mới thắc mắc: “Sao hôm ấy chị Bích Khuê chỉ thưởng cho mình hai con ốc tướng mà không thưởng cho anh Ngọc nhỉ?” Rồi tôi tự giải đáp điều thắc mắc của chính mình: “Chắc chị ấy đền công cho mình vì chỉ trước hôm ấy ít lâu, mình tặng cho chị tràng hoa xoan tím nhạt và thơm ngát. Chắc thế!”

QUYÊN DI

HỨA HIẾU

Thân phận tháng tư

1.

Không ít phim truyện đều dựa vào sự thật đã xảy ra
ngoại trừ lịch sử nội chiến
Sự thật dối trá của nó ai cũng biết
kể cả vai chủ động
Nhưng họ vẫn tiếp tục thủ vai
vì ưu đãi của đạo diễn
Ngược lại, họ sẽ bỏ vai để tọa kháng
hay nhập vai khác
trong một phim truyện tài liệu khác
về thân phận của con người
Có thể bị cấm xuất bản tại Việt Nam
nhưng thế giới chả màng gì tới cái ý nghĩa của sinh bắc tử nam
hay trăm năm trồng người

2.

Cựu chiến binh của một chính thể
cộng hòa hay cộng sản
kể cả cộng hòa hay dân chủ
của việt cộng hay việt kiều
đều được về hưu
không lương
kể cả bảo hiểm y tế
hay tiền tử
Tinh thần ái quốc
là một dạng bảo hiểm duy nhất
cho tiểu sử và lý lịch
Lương phạn là nhang khói hay vinh danh
Bảng khen hay tưởng niệm là lăng tẩm
Huy chương chỉ là bia mộ
không hơn kém

3.

Thân phận chúng ta chỉ là đám cỏ dại
mọc rối

hai bên bờ binh biến
Mưa rào bên ni bên ni nở hoa
Nắng hạn bên nớ bên nớ úng chết
Dòng sông ở giữa mặc nhiên chảy cho hết nước mắt đau thương
của hai miền
Chiếc cầu bắc ngang chỉ là sĩ diện
của lịch sử

4.

Có người gọi chúng ta là thương binh
là liệt sĩ
Chúng ta chỉ là những trí thức nửa mùa
Tháng tư là căn phần
Tại sao không là tháng ba
hay tháng năm
hay tháng nào khác
Cách nào đó khiến ta đã bị gắn liền vào nó
để tận trung báo quốc

5.

Chào anh Ngụy Quân
Chào anh Bộ Đội
Chúng ta ai cũng là lũ sinh lầm thế kỷ
chỉ khác nhau là sinh ở Nam hay Bắc
nhưng chết thì không khác biệt
Chết cho Việt Nam
và chết tại Việt Nam
Chúng ta ai cũng thua cuộc
một bên bờ bị lở
một bên bị lừa
Bên nào cũng vất vưởng sống
ở cuối tròng con mắt hệ lụy
Và, may mắn cho cả hai chúng ta
không ai là quân phiến loạn
của dân tộc.

HỨA HIẾU

LÊ NGUYỄN
ĐỌC "NIỆM KHÚC CHO MƯA HUẾ " của VÕ NGỌC LAN".

So với số tác giả thơ văn Huế khác, tôi quen biết Võ Ngọc Lan khá muộn. Nhớ kỹ lại là đâu mới hơn mười năm gần đây - qua tình cờ ở một Đại Hội Thơ tại Westminster nam California. Hôm ấy khá bận rộn trong BTC, nên chỉ trao đổi dăm câu tiếp giao, nhân tập thơ Lan tăng, nhưng chưa biết gì nhiều về tài hoa nữ xứ Huế này. Dần dần về sau qua giao tiếp thư, phone, rồi những lần về thăm lại quê nhà, dịp gặp lại cùng mời nhau và bạn bè chung đi chơi, nghe nhạc. Võ Ngọc Lan tặng thêm một số sách thơ, văn, DVD - cả tự tìm hiểu về Võ Ngọc Lan qua bạn bè trong giới thơ văn, nhạc ở SaiGon và Huế. Biết khá rõ, cảm nhận số nét đặc thù của một đối tượng, mong biết và muốn viết. Tôi đã viết một bài giới thiệu tổng thể về Võ Ngọc Lan trên báo Trẻ Florida, một trong những tạp chí mà tôi là BTV, CTV ở hải ngoại
.

Võ Ngọc Lan đi nhiều và viết cũng được khá nhiều. Thông qua Tiểu sử văn học của Tác giả, ta thấy Võ Ngọc Lan đã in ấn thực hiện " đâu ra đó" cũng khoảng 10 Tác phẩm (gồm thơ, văn, DVD, CD). Sáng tác vững vàng Thơ, văn, nhạc. Ca tân nhạc, ca cổ Huế thiện nghệ, điêu luyện. Một tài hoa đa năng, đa diện còn gì? Song Võ ngọc Lan tuy hoạt bát quảng giao - có lối sống phóng khoáng cởi mở, vẫn luôn giữ lề nếp một thời ... con gái Kim Long, xứ Huế - cái đất quê xứ của bao cổ phong chuẩn mực, khó khổ gò bó đủ điều - đi để mà nhớ, nhớ đến khắc khoải chớ không là ở để mà thương! Dòng " máu văn nghệ" trong Võ Ngọc Lan, theo tôi, chia ra làm ba nhánh rõ rệt:

Thơ, Văn - nhất là loại văn Tùy bút Tâm cảm vốn gần với thơ, có ươm nhạc tính ngọt và dịu, thanh thoát êm ả. Nhạc, và ca hát.

Đã viết phần tổng thể, trong đó đề cập tới hai mảng Thơ, nhạc và ca hát. Nay tôi mong muốn giới thiệu với độc giả VN trên một Tạp chí tại VN, về một Võ Ngọc Lan Nhà văn, thông qua tập Tùy bút " NIỆM KHÚC CHO MƯA HUẾ " khá độc đáo. Sách do NXB Thuận Hóa ấn hành. Dày khoảng 100 trang - gồm 15 bài viết về Huế và kỷ niệm Huế! Bìa trước sách là bức ảnh mỹ thuật VẠN ĐÒ ĐÊM MƯA của Nhiếp ảnh gia tên tuổi Đào Hoa Nữ. Bìa sau sách là ảnh cô gái Km Long thời thiếu nữ áo tím xinh tươi - qua chín dòng trích dẫn ở bài Tựa của Trần Thùy Mai, Nhà văn nữ thành danh từ Huế, của Huế - dù hình như Trần Thùy Mai không sinh trưởng ở Huế. Bây giờ mời bạn cùng người viết đi vào chuyện thứ nhất trong NKCMH: " *Vầng Trăng Mẹ*".

Điểm ghi nhận nổi bật ở bài viết này - là Mẹ đã lên nằm trên chân núi Thiên Thai, Võ Ngọc Lan vẫn còn chút an ủi, cả thầm mừng cho Mẹ là: " Mẹ không còn vọng phu trong từng giấc mơ nữa. Mẹ đã gặp Cha trong cõi vĩnh hằng! Mẹ là vầng trăng đi suốt cuộc đời con!" Phải, VNL nói, viết đúng - Mẹ là vầng trăng đi suốt và soi sáng cuộc đời chúng ta! Thể tài Mẹ cũng như Quê hương quê xứ, như đã thành nỗi chung của loài người, muôn loại! Nói viết sao cho cùng dẫu mỗi người có nét nhìn chung và phần tâm cảnh riêng tư?

Từ câu chuyện thứ hai, chúng ta sẽ gặp một VNL Nhà văn Huế sâu sát, nhờ trước lúc viết, Lan đã sống qua và nghiên cứu kỷ càng sự việc, đối tượng sẽ viết mà mình muốn lột tả.(Như "nước mắm gọ" trong lu vại Huế, để phân biệt với nước mắm Nam Ô. Còn trái vả rụng từ cành hay thân nào của cây vả, thì sẽ mọc lại chính nơi ấy. Hay khi mưa Huế có màu hơi đục hoặc ngã qua màu tím, là trời sẽ rất lạnh, mưa dầm. Rồi O Mè hát vè vốn là con nhà quan v..v..) Tôi cho rằng cũng hiếm người viết Huế chịu khó tìm hiểu đến cặn kẽ như vậy. Tôi vẫn đam mê viết về Huế - thường vẫn dàn trải qua sự kiện, chỉ chú mục phần tâm, ý, kỷ niệm buồn vui. Cũng biết O Mụ Mè, mê nghe hò vè. O Mè mù bụng cổ trướng, thường bị ngộ nhận. Thương quý O, nhưng đâu biết O Mè có học, lại con quan và chỉ biết mưa Huế buồn đến da diết, có mùa Đông mưa đến " thúi đất " như người Huế vẫn ví, chớ đâu biết màu đục chuyển tím là lạnh dầm dề?

CHIỀU TAM GIANG (trang 13 - 16)

Bài thơ của TTY được nhạc sĩ Trần Thiện Thanh phổ nhạc gây ấn tượng dài lâu với lớp tuổi 80 chúng tôi. Đọc bài văn 4 trang của VNL. để càng biết thêm và sâu hơn về con " Phá" - đã đi vào văn học sử này:

" Thương em anh cũng muốn vô
Sợ truông nhà Hồ, sợ Phá Tam Giang"

Hẵn nhiên, Phá Tam Giang hiện không còn trắc trở. Chung quanh Phá - theo VNL. bây giờ - tức đã nhiều năm nay, mọc lên vô số hàng quán bày bán lắm thức ăn đặc sản địa phương. Tam Giang cũng là hài hòa thiên nhiên kết tạo bởi ba dòng sông đẹp miền Trung: Ô Lâu, Hương giang và sông Bồ. Đọc để biết thêm từng địa danh yêu dấu của đất nước mình qua bao thời Ông Cha gìn giữ được.

Qua tới CHỢ QUÊ (trang 17 - 24) So hai bài viết ngắn trước, "Chợ Quê" tới 8 trang, đọc không biết chán. Có thể ghi nhận đây như một bài sưu khảo ẩn dạng tùy bút, và là một trong số bài viết mà tôi sính nhất tập sách. Tôi nghĩ, ai bỏ quê xứ lâu năm - khi đọc xong cũng có chung cảm nhận như tôi. " CHỢ QUÊ" đã đánh thức chúng ta, đưa tôi về sống lại với một thời quá khứ thân ái lẫn cam khổ chưa xa, của người Mẹ bán dạo chợ Đông Ba và chính tự thân tôi sau "13 năm cải tạo" về ngồi phụ vợ trên sạp tôm mực khô chợ Nguyễn Tri Phương, Q.10 kiếm sống. Ở Huế, ngoài Đông Ba là ngôi chợ chính của Thành Phố còn có chợ An Cựu, Bến Ngự và cả trăm chợ nhỏ khác khó kể hết. Nhưng tên chợ độc ngữ dễ thương như chợ Dinh, chợ Xép, chợ Cống... thì thật khó quên.Và đó cũng là các chợ Thành Phố. Còn " CHỢ QUÊ" của VNL. thường cách xa phố thị tới 6 - 7 cây số hoặc hơn: Chợ Làng Chuồn, Cầu Ngói, Mỹ Lợi, chợ Biện,chợ Đầm, chợ Nọ, Nong, Truồi, Đại Lược, Gia Lạc... có những chợ mà ta chưa nghe tên, đừng nói là cất công tìm tới như VNL. Văn tùy bút VNL. sinh động lên hẳn, một phần cũng do vậy. Căn cứ "CHỢ QUÊ" của VNL. thì các chợ quê có những nét đặc trưng sau đây:

- Được ăn tại chỗ, mua về những món đặc sản địa phương - mà có số chợ ở thành phố không có, hoặc không tươi ngon bằng, và giá cả lại cao hơn nhiều.

- Bình dị đơn giản chớ không bày biện kiểu cách, xa xỉ như các chợ ở thành phố, hay Super Market, Mall bên hải ngoại.

- Hầu hết người đi chợ cùng thôn, xã, bà con quen biết gần gủi nhau.

- Ít nói thách, và cân đong chân thật hơn các chợ thành phố. Có chợ chỉ nhóm " Chồm hổm" mà không cất dựng sạp hàng dù chỉ là sạp tre, gỗ.

Không biết hiện nay thì sao, chớ trước, cả vừa sau 1975 ở chợ Bến Thành, cả An Đông. " Giá nào cũng bán được": Cân hàng tốt, gói trao hàng xấu, vận cân, nói thách quá đáng v,,v.. vẫn chuyện mỗi ngày. Đến các "CHỢ QUÊ", ta đã làm một cuộc du lịch tìm về lý thú, mà hiếm người cũng sống lâu ở nước ngoài nào lưu tâm, đừng nói bỏ bao giờ giấc vốn quý để tìm tới, để sống và viết. Đọc "CHỢ QUÊ" của VNL. với tôi, là tìm cái mới trong nếp xưa thân ái, để biết yêu quê xứ hơn - và tôi thầm cảm ơn VNL. thật lòng.

Hằng năm, ngày giỗ Tổ, mỗi ngày buổi chợ quê lam lũ, nhưng ai mà quên cho được:

" Anh ơi buông áo em ra
Để em đi bán kẻo mà chợ trưa!"

" Đến bây giờ, ca Huế không còn là quả độc của giới thượng lưu nữa."

Câu mở đầu 7 trang viết(từ trang 25) "ĐÊM NGHE CA HUẾ TRÊN SÔNG", gãy gọn và cũng nói lên chính ý nội dung bài viết. Từ thế hệ thân sinh tôi về trước, ca cầm Huế cũng như hát Ả Đào quê Bắc, vốn thú chơi cao sang tao nhã của nhà giàu, vương tước - chớ không mang tính dân dã như đờn ca tài tử vọng cổ trong Nam. Dễ gì giới trí thức thanh bần như thân phụ tôi, dù mê mẩn vẫn chỉ đứng xa nhìn hoặc may ra hưởng ké! Nay lại khác, không chỉ với VK, đại gia - mà công nhân bậc trung

Huế, vẫn dễ dàng bỏ ra 6 hoặc 7 chục ngàn, khoảng nửa ngày lương là lấy vé thưởng thức. VNL. ví ca Huế trên sông "quả độc" xứ Huế rõ đúng. Đây là thú vui tao nhã thanh lịch thật! Đò xưa hay cải biến Thuyền Rồng bây giờ vẫn thế thôi, khi giữa khuya đêm nghe ca Huế với tách trà, bầu rượu túi thơ giao duyên - chớ không mang tính " trần tục" dưới mé vạn đò An Hội, thời đoạn tuổi kíp trưởng thành lớp trai mới lớn chúng tôi. Tôi có anh bạn thơ là Kỹ Sư điện toán gốc Bắc, vừa Chủ nhiệm Báo ở Mỹ, lại mê ca Huế, cả mê một ca nữ Huế. Cách nay 10 năm, về Huế bao chiếc đò lớn đưa cả gia đình vui đêm ca Huế sông Hương. Ông cụ bạn tôi ngồi nghe những khúc Nam Ai, Nam bằng, Tứ đại Cảnh đến thẫn thờ. Cậu con trai thì như uống từng lời ca, giếng mắt người nữ ca sĩ áo tím ấy đến chết mệt! Mà ... cũng phải thôi. Cô sinh viên ấy đẹp não nùng, lại ăn nói lưu loát kiến thức, ca hay, diễn giỏi - nên khó ai không trồng cây si được! Đi Huế về, trao cuốn băng Video cho tôi và ra lệnh: " Ông viết thơ Huế là đúng điệu rồi! Đầu tư tim óc viết hay cho tôi một áng tuyệt thi về " Đêm Nghe Ca Huế", có dáng dấp nàng thơ áo tím ấy ẩn hiện bên trong. Nhuận bút sẽ là một chầu lai rai tại gia, có Martell nắp đen. Người con gái ca nữ áo tím ấy, giờ đã bỏ Huế vô Nam theo chồng sang cả - nhưng chắc chắn cuốn Tạp chí Văn Học kia và bài thơ tôi thay bạn viết - cô ca sĩ sinh viên đã có trong tay, cả có thể mãi giữ làm lưu niệm.

Chuyến về VN sau 20 năm lưu thân xứ người, tôi nôn nóng phải ra Huế viếng lo mộ Cha Mẹ và rủ ngay số bạn văn nghệ cũ mới ghé Nhà hàng nổi, và nghe ca Huế trên sông Hương. Tiếc là không còn thấy ca nữ nào trong cuốn Video mà bạn tôi sang ra tặng. Hẳn là họ đã tản lạc theo đời sống như nàng sinh viên áo tím kia mất rồi! Ca nữ Huế, theo tôi - khá đứng tuổi ca điêu luyện điệu nghệ hơn, dù lớp trẻ vẫn có chất giọng thanh thoát. Điểm nầy, có lẻ tùy độ tuổi người nghe tự định chọn mà mời, nếu tự tổ chức được "show" riêng. Với một Tác giả quá sành ca Huế, mà viết về ca Huế như VNL. - nghĩ là không phải khen bàn gì hơn. Ca Huế được phổ biến qua nhiều hình thái: Tập thể thuyền rồng, lấy vé là lên nghe diễn - chỉ nhanh tiền và rẻ, nhưng khó tránh ồn ào, thiếu ấm đậm, không chọn lọc được ca nhân, nhạc công, nhạc khí theo ý thích, cả bài bản mà mình yêu thích hay tổ chức trà, rượu giữa hoặc cuối chương trình, tham gia giao lưu thân mật đóng góp tiết mục, thả đèn trên sông v.. v.. nếu có khả năng quán xuyến, hoặc số ít bạn bè chung góp. Cũng có thể tổ chức ở các Phủ đệ, tư gia. Người, nhóm tổ chức vui chơi mới chủ động được mọi việc. Ca Huế, chiếc cầu sáu vài mươi hai nhịp, chiếc nón lá bài thơ đã làm khởi sắc cho Huế - hay Huế làm thăng hoa cho các tĩnh vật ấy? Chỉ biết nếu thiếu những thú vui tao nhã, tĩnh cật thân quen ấy - cả Bún bò, Giấm nuốt, Cơm hến, Bánh canh Nam Phổ gia truyền khó bắt chước làm được, và còn nhiều thứ vật khác - chắc Huế sẽ vô hồn. Gần đây, người ta vẫn nhắc tới cụm từ" Văn hoá ẩm thực" cũng là phải.

Số người xa Huế lâu trở về Huế than thở: -" Cơm Âm Phủ đã ngày biến thể nặng tính kinh doanh hơn là truyền thống phổ cập, nhất là về mặt phẩm chất và giá cả." Nói như thế theo tôi - chỉ đúng một phần, hay muốn nhắm vào Quán cơm Âm phủ, thì đúng hơn. Vì Cơm Huế muôn đời vẫn giữ bản sắc Cơm Huế. Vẫn hương vị một thời " chả phụng, nem công" hay dân dã tùy hoàn cảnh mỗi gia đình, đối tượng khách mời ăn để... còn thèm, còn quyến luyến chớ không ăn cho đầy bụng để rồi dễ ngán! Chỉ Bún Bò mụ Rớt đầu đường Ngự Viên quán nhỏ ứ khách, thì không còn mụ Rớt cao nhòng hút thuốc Cẩm Lệ ở sau bến Ông Tương. Hay ngang qua dốc cầu Đông Ba khách sành ăn không còn thấy bảng hiệu Nem Tré, Chả Mợ Tôn thân mẫu QS. bạn tôi - thời quết thịt bằng tay mà ngon lạ! Chỉ quán bán thức ăn Huế Mụ Đỏ - hai chị em song sinh cô Đỏ, cô Vàng Đồng Khánh ngày nào khá xinh xắn, nay vẫn mở bán dưới miệt Gia Hội Đò Cồn, nhưng chất giảm mà giá càng tăng cao, nhất là với khách Việt kiều, nên... tiếng dữ đồn xa! Thay vào đó, tiện thể người viết giới thiệu không công cho hai quán nhỏ Cơm Hến ngon tuyệt lại rẻ, trước Báo Sông Hương và bánh ướt thịt hấp dẫn đặc biệt chợ An Lỗ cũng không quá xa thành Huế mấy, đối với khách sính ăn ngon.

Trong số chuyện kể còn lại của tập sách là: " O MÈ, NIỆM KHÚC CHO MƯA HUẾ, MẤT, HÒ GIÃ GẠO, THƯƠNG LẮM TRÁI

VÃ, THĂM VƯỜN LẠC TỊNH, PHỐ CỔ BAO VINH, BẾN THƠ." Mỗi chuyện kể đều mang sắc nét riêng - không gì cao xa, mà là trước mắt, bên đời - được ghi viết tròn trịa, diễn trải chân tình. Vì Huế, tình Huế đã ngấm lắng vào trái tim da diết của VNL. Bài cuối "MIẾNG NGON XỨ HUẾ" nói bạn đừng cười - vừa đọc, tôi vừa... rệu nước miếng. Mà có món nào cao lương mỹ vị chi cho cam. Trái vã hay dưa môn kho xắp, cá cấn, cá mại kho rim, thịt phay tôm chua dưa giá ăn kèm vã, khế với dĩa nhỏ rau sống đã là sang, và tô canh Hến nấu gừng hay me đất, hoặc cá diếc măng chua - Mạ dọn lên thơm phức. Ngốn bốn năm chén lẹ như chớp! Nhớ lại không thèm, không ứa nước mắt bùi ngùi răng được? Các món nhấm nhậu, nhậu đồng quê có thể khó sánh dân Nam. Nhưng thức ăn truyền thống, cả cách pha chế, kiểu cách, lối dọn ăn bày biện - khó vùng đất nào qua được cố đô Huế, Hà Nội.

"HIỀN NHƯ CỎ LAU". Cũng như tùy bút " MẤT" (ở trang 61) -"HIỀN NHƯ CỎ LAU" (trang 33 - 38) đã gợi lại cho ta những cái mất mát ngoài tầm tay và sự đi lên cần có của Huế. Đi xe, đi tàu giờ chui vô hầm Sen đục núi. Có điện, nhanh lại an toàn hơn. Nhưng mặt khác, không còn được cái thú du qua mạn đèo Hải Vân để nhìn trời trăng mây nước và rừng cỏ bông lau trắng xóa cuốn theo chiều gió, mộc mạc lả lơi - để nhớ một thời cờ lau tập trận của Đinh Bộ Lĩnh, nhớ bài thơ "Qua Đèo Ngang" được truyền tụng của Nữ sĩ Huyện Thanh Quan. Tuy là ranh giới Huế - Quảng, nhưng xem ra Hải Vân giờ nghiêng lợi thế số mặt về Quảng Nam - Đà Nẵng, không rõ do phía chính quyền Huế chậm chân hay lẽ nào khác, nhưng đó cũng là điều mất đi của Huế. Thật ra so bao loài hoa cỏ, Bông cỏ lau chỉ loài hoa dại bên đường, và đẹp nhờ gió đưa cỏ lã. Qua suy tưởng người thơ vào đã hà hơi tiếp hồn chăng? Trong phần kết luận hay, VNL. đã viết:" Mong vẫn mong manh, hiền hòa như hoa cỏ lau... mà tôi cứ nghĩ mình còn nợ Huế. Món nợ ân tình nẩy có trả được hay không?" Còn tôi, tôi mong là không! Vì... còn nợ là còn duyên mà! Mà duyên với Huế là gì hở Lan? Nếu không là về thăm Huế mãi, viết về Huế - và ở trong lòng Huế phút cuối đời!

Sau đây là bài thơ:

Tôi yêu bài tùy bút này, còn với lý do riêng tư nữa - qua bài thơ về kỷ niệm giữa mùa chinh chiến của chính mình " Mai Anh Về Quê Huế":

... Mai anh về quê cho em xin nhắn
Đã bao nhiêu năm xa Huế biệt tăm!
....
Xe vượt Hải Vân dù mưa bụi nhòa
Dẩy quán lá xiêu, đèo gió anh qua
Xin anh hiểu - từng chuyến phép buồn
em ngồi trầm tư nơi đó
Rồi quay xe lại chiến trường
vì Huế... quá xa!

Trong đời sống - niềm vui, nét mới có thể làm người ta chóng quên được - nhất là với lớp người đượm hồn nghệ sĩ và tình yêu dành cho Huế như VNL. Với độc giả - tôi muốn dành số chuyện còn lại tự ghiền ngẫm, hẩn là thú vị hơn. Lại nữa, nếu viết tiếp - không khéo ký ức Huế tuôn trào, phần viết của người đọc, giới thiệu sách lại kéo ra ngót nghét tập sách này, hóa ... vô duyên quá! Lời sau cùng - thật hiếm khi tôi bắt gặp một cuốn Tùy bút, Tâm bút viết về Huế như cuốn sách mỏng, mà có độ dày tâm cảm này...

LÊ NGUYỄN.

Danh ngôn

Quan trọng không phải là ***sống lâu*** như thế nào, mà là ***sống sâu*** như thế nào.
It is not length of life, but depth of life.

Ralph Waldo Emerson

(1803 - 1882) Nhà viết tiểu luận, nhà thơ, triết gia người Mỹ, người đi đầu trong phong trào Tiên nghiệm vào giữa thế kỷ 19.

NAM GIAO
CƠN NẮNG QUÊ HƯƠNG.

Tháng Hai trời vẫn còn lạnh. Không khí lạnh và khô ở vùng đất sa mạc nầy luôn làm cho da tay và da chân của Dì Hạnh dầy lên và gần như bị nứt nẻ ra. Dì khó chịu lắm, nhưng biết phải làm sao bây giờ? Những người làm chung hãng với dì Hạnh thì cũng bị những triệu chứng nứt da tay và chân mặc dù đã dùng "cây nhám" chà sướt cho hết độ dầy của da, vài ngày sau cũng bị nứt trở lại. Hôm nay là thứ Sáu, dì Hạnh được nghỉ ở nhà vì hãng "low" hàng nên chỉ làm có bốn ngày. Mức thu nhập từ mấy tuần nay xuống thấp và tiền chi tiêu trong gia đình của Dì gồm có ba người cũng phải giảm bớt đi.

Dì Hạnh ngồi ở sofa vói tay nâng tách càfé sữa đá đưa lên miệng uống một ngụm nhỏ. Dì chép chép miệng như là người sành điệu đang thưởng thức hương vị đậm đà của càfé ngon. Dì nhìn ra ngoài khung cửa sổ rồi lại thở dài:" Mới đây mà đã quá ba năm rồi." Biết bao nhiêu chuyện đôi co, cãi cọ giữa Dì và chồng của Dì đã xảy ra và không một ai trong hai người chịu nhỏ tiếng cả. Có lúc căn hộ Apartment thuê ở của Dì như muốn nổ tung lên vì những chuyện không đâu. Nhưng bây giờ, sau 3 tháng kể từ khi ông Thái - người chồng gieo những nỗi khổ tâm cho Dì Hạnh - bất ngờ lẳng lặng nhắm mắt xuôi tay ra đi về bên kia thế giới khác,.bỏ lại Dì và 2 con với ngổn ngang trăm mối chỉ thương và hận trong lòng Dì. Biết trải tâm sự ngùi ngùi cho ai đây khi " trời mây lặng gió, mặt nước sông không còn dậy sóng cả" thì Dì Hạnh lại nghe nhớ chồng mình, lại muốn nghe từng lời nói của chồng mình. Đôi khi ngồi một mình trong bóng đêm, Dì không ngủ được, bao nhiêu kỷ niệm xưa cũ từ đời nào, kiếp nào lại ùa về phả ngập tâm hồn Dì. Những hình ảnh có thêm chút chút âm thanh - mà Dì đã mường tượng ra - và nhớ tất cả.

Nhớ lại những tháng ngày đầu tiên đặt chân lên nước Mỹ, không khí gia đình vui như hội chợ Tết. Mà thật vậy, chính Dì

Hạnh lại là người vui nhất, vui hơn chồng và vui hơn cả hai đứa con. Dì biết từ khi rời khỏi Việt Nam là Dì đã bỏ lại tất cả những gian truân, những đau khổ, những lời mắng nhiếc đầy tủi nhục của những người thân thích giòng họ bên nhà chồng. Dì mong có một cuộc sống khá hơn để đổi đời và đổi cả tương lai cho hai đứa con nữa. Dì chỉ mong có thế và đã chờ, đã đợi hơn tám năm dài. Mãi cho đến khi chồng Dì được thả ra từ Trại tập trung cải tạo - Dì cũng chưa được hưởng những tháng ngày thư thả và an phận bên chồng..

Những ngày tháng dài sau " tháng Tư đen " đã làm cho gương mặt sinh hoạt của người dân miền Nam phải co ro trong sợ hải và thiếu thốn cả lương thực, thực phẩm do cảnh bóc lột, trấn áp và lưu đày của người anh em miền Bắc. Ông Thái - chồng Dì Hạnh cũng giống như bao nhiêu thành phần trong guồng máy chính quyền VNCH đã phải bị bắt đi "học tập cải tạo" lâu ngày. Dì Hạnh một tay xách, nách mang hai đứa con còn nhỏ dại đã bán đi tất cả những đồ trang sức quý giá có trong gia tài nho nhỏ của Dì để sinh sống qua ngày và chờ đợi ...và chờ đợi người chồng được thả về. Nhưng tin tức chồng Dì vẫn biền biệt tăm hơi. Cho đến một ngày không còn gì để trông mong nữa và túi tiền đến lúc đã cạn, Dì Hạnh liền dắt hai đứa con quay về sống nương náu bên gia đình chồng ở một vùng quê của tỉnh Bình Dương. Với số tiền ít ỏi còn lại và được những người chị em bên chồng giúp đỡ thêm chút ít trong những ngày đầu về đây, Dì Hạnh dựng được một mái nhà lợp bằng tranh nho nhỏ nơi ranh vườn trái cây của gia đình chồng. Chỉ sống được an vui vài tháng thì Dì Hạnh phải bương chảy đi làm thuê, làm mướn cho người từ sáng sớm cho đến chiều tối mới về và nhận được rất ít tiền trả công. Ba mẹ con của Dì phải húp cháo mỗi ngày với vài loại rau mọc hoang trên bờ vườn, trên bờ các thửa ruộng.

Ngày ấy....

Dì Hạnh nằm trên giường bệnh đã hai ngày mà căn bệnh sốt vẫn chưa thấy thuyên giảm chút nào. Chiếc giường cũng không phải là chiếc giường giống như mọi chiếc giường khác được bày bán trong các cửa hàng dịch vụ, mà nó giống như một chiếc chỏng bằng tre. Vạt giường là những thân tre được chẻ ra làm hai và ngâm sâu vào trong nước mương, vũng, để cho nhựa tre không còn ở lẫn trong xơ tre. Độ vài tháng thì vớt lên và đem phơi thật khô, như thế sẽ không có sâu mọt rúc vào khi đem dùng nó. Nhà Dì Hạnh cũng chỉ có một chiêc giường tre đó để nằm ngủ cùng hai đứa con. Hôm nay Dì bệnh cảm, nên không thể đi làm mướn được.Thằng Tý và con Sửu phải tìm kiếm thức ăn từ những bờ đất vườn và tát vũng cạn để bắt cá về cho Dì ăn cùng với cháo. Hai anh em nó bắt cá cũng gần đầy giỏ.

_ " Mẹ ơi, Mẹ, tụi con về rồi đây Mẹ à." Tiếng thằng Tý gọi Dì Hạnh vang lên trong buổi trưa ngày Hè khá nóng bức.

Dì Hạnh nghe tiếng con gọi, vội vàng bỏ chân xuống giường, đi chân đất ra cửa sau. Dì nhìn thật lâu gương mặt hai con rồi lại nhìn khắp thân thể chúng nó. « Ôi hai con của Mẹ. Làm sao mà Mẹ phải bắt hai con cực nhọc như thế nầy vì Mẹ. Khổ lắm phải không các con?» Nói đến đâu là nước mắt dì chảy tới đó. Dì bước nhanh đến cầm lấy giỏ cá từ tay thằng Tý và nhìn thẳng vào trong giỏ. Bất giác Dì kêu lên: - « Trời ơi, hai con bắt dược khá nhiều cá rồi. Vào trong nhà,M ẹ lựa vài con cá lớn để biếu ông bà Nội các con nghe." Rồi dì căn dặn: -" Thôi, hai đứa xuống đường xuồng tắm giặt sạch sẽ rồi lên đây, mang cá qua nhà ông bà Nội." Dì thong thả đặt giỏ cá xuống đất và đổ mớ cá vào khạp da bò nhỏ. Dì nhanh tay lựa được 4 con cá lóc lớn và bỏ vào bị đi chợ. Dì quên phắt đi là Dì vẫn còn bệnh cảm chưa dứt. Dì nhanh chân xách bị cá qua nhà Cha Mẹ chồng. Vừa bước vào tới cửa sau thì Dì Hạnh nghe tiếng đứa em gái của chồng nói lớn:

-" Chị Hai, chị qua đây chi vậy? Bộ ...xin gạo nữa à?" Dì Hạnh mỉm cười nhìn cô em gái: - " À...cô Tư Lan, chị qua đây biếu Ba Má vài con cá lóc do tụi nhỏ nó đi bắt ở bờ ruộng sáng nay." Rồi dì hỏi tiếp:-" Mà ... Ba Má có ở nhà không hở em?". Cô em gái sẵn giọng trả lời: -" Không có. Ba Má đi qua nhà cô Tám từ sáng sớm rồi.Thôi...chị đem cá về đi cho tụi nhỏ nó ăn lấy sức. Ba Má không thèm ăn đâu." Dì Hạnh đứng tiu nghỉu một hồi lâu mà không biết phải nói thêm lời gì nữa .Bất giác Dì quay bước trở về nhà với bị cá lóc như nặng thêm ra trên cánh tay ốm yếu của dì. Và những giọt nước mắt tủi buồn lại chảy ra theo từng bước chân nặng nhọc của Dì. Vừa đi, Dì vừa suy nghĩ miên man. “Phải rồi, mình ở bất cứ nơi đâu cũng vậy. Đã không có bạc tiền thì ăn nói cho dù có lễ nghĩa với người thì người cũng không màng tới. Ông Bà xưa truyền khẩu lại những lời lẽ mà bây giờ nghiệm ra vẫn thấy đúng “ Bần cư náo thị vô nhơn vấn. Phú tại lâm sơn hữu khách tầm» có nghĩa là “ Nghèo hèn sống ở giữa chợ cũng không có ai đến thăm hỏi. Còn sang giàu mà sống ở trong núi rừng thì vẫn có nhiều người sớm viếng, tối thăm” Dì chạnh lòng nhớ lại những tháng ngày ba mẹ con đi tát mương vũng cho Ba Má chồng đem bán ở chợ.

Dì Hạnh cùng với hai con tát nước, mệt thở không ra hơi. Cho đến khi mương cạn nước, tất cả các em chồng đều ở trên bờ đất đứng nhìn Dì và hai con bắt tôm cá dưới mương. Bao nhiêu cá tôm bắt được đều đem rọng vào các giỏ tre ngâm xuống đường xuồng chờ sáng sớm mai ra chợ bán. Khi mương vũng không còn thấy bóng dáng con cá nào nữa thì cả gia đình bên chồng đã quày quả bước đi, trước khi Dì và hai con nhảy lên bờ ngồi thở dốc. Nghĩ rằng gia đình chồng sẽ chia cho gia đình mình ít cá tôm làm món ăn cũng được năm bảy ngày.

Nào ngờ các em chồng làm thinh, không nhắc gì tới gia đình Dì. Còn khi được mùa mía, cả ba mẹ con dì phải đốn mía cho Ba Má chồng từ sáng sớm, mệt khờ cả người mà ăn uống còn thua xa mấy người làm công mướn cho Ba Má chồng. Có còn những nỗi buồn nào hơn nữa hay không? Cũng chỉ tại cái nghèo,không tiền, không bạc, nên sống như thân phận bọt bèo. Đôi lúc dì Hạnh tự ví mình như đám lục bình trôi trên sông, khi tấp được vô bờ thì người ta lại đẩy ra xa và cứ như thế, lục bình cứ trôi, cứ trôi lềnh bềnh trên sông không còn biết bến, biết bờ. Những cay đắng vì nước mắt khóc cho thân phận đã làm cho Dì già hơn trước tuổi. Đến khi ông Thái - chồng dì Hạnh được ra “Trại cải tạo” về nhà thì gia đinh chồng mừng lắm. Họ lo lắng, họ han hỏi tưng bừng và quên bẳng đi đứa con dâu những ngày tháng qua đang sống bên cạnh gia đình ông bà. Ông Thái vẫn là người con trai có hiếu với Mẹ Cha, nên vẫn một mực rầy la Dì - ăn ở phải biết nhẫn nhịn, phải biết phải trái với mọi người. Ông không thấy được cảnh sống nheo nhóc và đói rét của vợ và hai đứa con kể từ lúc ông đi "tù cải tạo." Từng miếng ăn, thức uống, ông Thái mang về từ nhà Ba Má của ông - chỉ vỏn vẹn một ít thịt cá còn thừa mứa sau bữa ăn của gia đình. Dì Hạnh nhường lại cho 2 con ăn đỡ qua bữa. Không hiểu được những người vợ của những "người tù cải tạo" có cùng chung với Dì Hạnh những nỗi khổ cùng cực như Dì đang chịu đựng hay không?

Cố gắng dành dụm lắm, Dì mới có đủ số tiền để làm lộ phí cho chuyến trở về quê hương. Người ta về quê như ăn cơm bữa. Còn với hoàn cảnh neo đơn như Dì thì có một số tiền tương đối như hiện nay, để trả cho một chuyến đi thì cũng lắm mồ hôi, cũng vất vả không kém. Nhưng dù sao đi nữa, thì Dì Hạnh cũng đã hoàn thành tâm niệm của chồng - nghĩa là khi ông Thái qua đời - ông chỉ có một ước muốn, vợ con hãy mang tro cốt của ông về nơi quê Cha, đất Tổ để mai táng nằm gần Tổ Tiên, Ông Bà.... Bao nhiêu lời dặn dò đó đã làm nặng thêm gánh hành trang trên đường đời còn lại của Dì và hai con. Nhớ lại, lúc cùng hai con xách hành lý ra khỏi phòng khám xét tại phi trường quốc tế Tân Sơn Nhứt thì gần như có mặt đầy đủ những người bên gia đình chồng ra đón. Giây phút ấy thật vui đối với Dì Hạnh. Bao nhiêu là câu hỏi, câu khen, bao nhiêu lời hoa mỹ đều vang lên cùng một lúc như một ngày hội đối với Dì . Dì Hạnh mừng mừng, tủi tủi cùng với những giọt nước mắt hạnh phúc chảy ra. Dì khóc vì sung sướng khi nhận ra mọi người đối với Dì không có sự phân biệt nào nữa như từ những năm trước đó..Cả những cô em chồng cũng đon đả chạy tới ôm hôn Dì một cách thân thiết.như ngầm nói lên cho mọi người chung quanh thấy được nỗi nhớ của những người thân ở quê hương, dành cho một người thân đã xa xứ.

Sau tuần lễ mai táng tro cốt cho chồng xong, Dì xin phép gia đình chồng để cùng hai con quay về quê Ngoại thăm viếng người em gái còn lại giữ ngôi nhà Thờ dòng họ. Bên chồng không ai hỏi han hay có lời dặn dò gì .Nhưng Dì cũng thưa lại với Ba

Má chồng là Dì về không ở lâu được, nên tuần lễ sau nữa, Dì phải quay về Mỹ để đi làm..Phận làm dâu như Dì cũng chỉ biết cúi mặt làm thinh trước những ánh mắt nhìn của những người bên gia đình chồng.

Buồn hơn nữa khi bước chân vào phi trường quốc tế Tân Sơn Nhứt để trở về Mỹ, ngoài túi xách đeo vai và một túi nhỏ đựng chút thực phẩm quê hương - là món quà của người em gái tặng. Dì Hạnh không còn nhìn thấy - dù chỉ là một người bên gia đình chồng - đến đây để tiễn chân Dì và hai con. Nước mắt Dì lại chảy ra lần nữa vì tủi thân, vì tủi phận mình khi nghe đứa con đầu lòng hỏi Dì:- " Mẹ à, sao hôm mình về quê, mọi người đến đón gia đình mình đông quá hở Mẹ? Mà bây giờ..sao con không thấy ai tiễn mình hết vậy Mẹ??"

Dì Hạnh nhìn con rồi xoa đầu nó: -" Con không biết đâu, tại vì mọi người bận đi làm nên không có ai ở không mà ra đây tiễn mẹ con mình đi. Con cũng đừng thắc mắc làm gì nữa.".. Đứa con nghe lời Dì, nhưng với vẻ mặt chớm buồn, nó nói: -" Mẹ à, vậy là từ nay về sau, mình không về quê nữa nghe Mẹ. Con thấy mọi người không tốt với Mẹ đâu."

Dì Hạnh mỉm cười trong nỗi buồn đau xót, và hình như để cho con biết rằng mình đã thấu hiểu hết tâm trạng của con mình, Dì chỉ ậm...ừ, ậm..ừ cho qua chuyện.

Dì Hạnh nắm tay hai con thất thểu bước đi theo dòng người vào phòng cách ly. Dì nhủ thầm: " Thôi. Thế là hết. Em đã làm tròn bổn phận người vợ hiền đối với anh. Em xin chúc anh lúc nào cũng an vui nằm ở quê anh, bên cạnh những người thân yêu mà anh luôn hiếu thảo. Xin giã từ anh lần nữa. Nếu còn thương em và hai con, thì xin hồn linh của anh hãy giúp cho hai con luôn khỏe, học hành giỏi giang và thành đạt nghe anh.."

Dì Hạnh đã trở về Mỹ với đôi mắt đẫm lệ và mang theo trong lòng "cơn nắng của quê hương" đang thiêu cháy gần như hết cả cuộc sống của Dì....

NAM GIAO /AZ

MỘNG YÊN HÀ
Điệu Nhảy Của Những Giấc Mơ.1
"The Dance of Dreams"

Tích chữ phòng đời thơ
nuôi nghĩa se duyên tơ ...
Gom hoa cất hương nhụy
Tìm em ngát trời mơ
Gieo mộng dưới chân trời
từng bước vạn điều khơi
Thuyền trăng về bến đợi
Dẫn lối cõi yêu đời

Mây vắt ngang niềm thươngt
rong mắt vương tơ vương
Nắng gió lùa khe cửa
Lá khẽ nhắc môi hường
Từng chữ nở thành hoa
chút hương vương mái nhà
Dòng đời mang theo gió
xua tan nỗi buồn qua

Em phím đàn thi ca
Em run tơ đậm đà
Ngày bể dâu như biến
Trên tay xinh ngón ngà
Lời trầm hòa xao xuyến
Đêm thắp sáng hồn hoa
Giọt thời gian rơi nhẹ
Mộng vỡ giữa lòng ta

Ngón tay lùa hạt nắng
Gieo gió thoảng hiên nhà
Mắt buồn vương hoang vắng
Hòa nhịp điệu ngân xa
Mỗi chữ em vừa dệt
Hóa hồn trong sắc ngà
Tơ trời chùng khẽ rụng
Vẽ tranh sắc lụa là

Đàn ngân rung nhịp nhớ
Tình xưa xốn ruột rà
Dưới ánh trăng soi lối
Dáng em dáng ngọc ngà
Nụ cười như giọt nắng
Thắp hương thơm còn vương
Khúc tình dâng cánh mộng
Mây trắng ghé qua tường

Trời cao vời vợi gọi
Hồn phiêu giữa trời xa
Ta nghe nhịp trầm lắng
Vang vọng đến thiên hà
Chữ gieo thành câu hát
Đời nhảy múa thiết tha
Ngàn nỗi niềm cùng lắng
Trong giấc mộng chan hòa.

Ngân nga giữa cõi mộng mơ
Những nhịp đập của con tim khờ
Gió ru hồn trong men say đắm
Nhẹ nhàng cuốn lấy tiếng cười bờ
Cánh buồm vương vấn ngàn mây
Dẫu có xa xôi, lòng vẫn say
Giữa bầu trời không biên giới
Ta cùng nhau thắp sáng đam mê

Những ngọn lửa từ yêu thương
Lung linh sáng giữa đêm trường
Mỗi khoảnh khắc, ta lưu giữ
Hòa nhịp cùng những khúc hương
Lá khẽ rơi trong nắng mai
Thì thầm kể chuyện đời lấp lánh
Lời ca tỏa khắp bốn phương
Như sợi tơ mỏng manh bay

Mỗi bức tranh hiện ra rực rỡ
Những giấc mơ thả vào mây khơi
Ta là những nhạc công trong vũ điệu
Điệu nhảy của những giấc mơ không rời.
Chúng ta lướt qua những áng mây
Vươn tay chạm vào ánh dương vàng
Khúc nhạc đời rộn ràng vang vọng
Gọi về những ước mơ khát khao

Hơi ấm từ trái tim ta
Khắc sâu trong từng nụ cười
Mỗi kỷ niệm là ngọn lửa
Sưởi ấm giữa đêm dài tịch mịch
Dẫu bão tố có ghé thăm
Ta vẫn vững vàng như núi sông
Mỗi bước đi cùng nhau vững chãi
Là điệu nhảy của tình yêu rạng rỡ

Tiếng cười vẳng lại trong đêm
Giấc mơ vẫn không hề tàn phai
Mỗi khoảnh khắc ta sống trọn vẹn
Là điệu nhảy của những giấc mơ bay.

MỘNG YÊN HÀ
Oct 16/24 / 11: 55 PM

*LƯƠNG THIẾU VĂN

CẢM NHẬN VỀ TẬP THƠ NGẮN CỦA PHẠM VĂN HẠNG

PHẠM VĂN HẠNG, NHÀ ĐIÊU KHẮC, NHÀ THƠ ĐẦY CÁ TÍNH

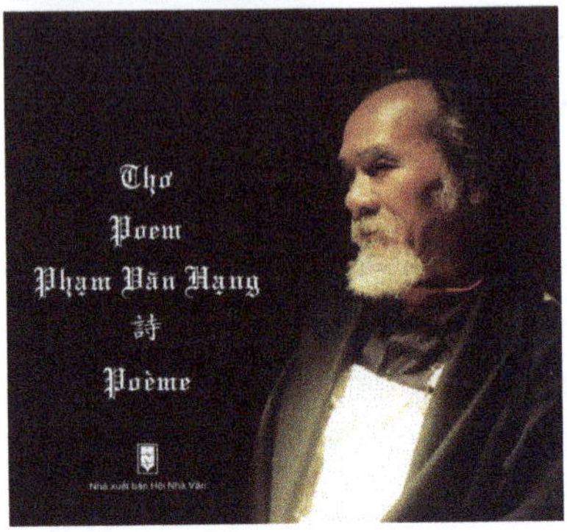

Cách đây mấy năm khi tôi tham gia trại sáng tác tổ chức ở Đà Lạt Lâm Đồng, nơi ăn nghỉ của đoàn là Nhà sáng tác Đà Lạt ở đầu đường Yên Thế. Trùng hợp thế nào không biết đối diện trước cổng Nhà sáng tác lại là khu vườn tượng của Phạm Văn Hạng, một điêu khắc gia có nhiều tác phẩm nổi tiếng từ trước năm 1975 nhất là khi nhắc đến tác phẩm Chứng Tích"(hay được gọi bằng một cái tên khác "Vietnam SOS"), một bức tranh độc đáo thực hiện bằng các chất liệu hiện thực: Dây kẽm gai, vỏ đạn, xương thịt cơ thể con người tử nạn vì bom đạn chiến tranh làm rung động cả miền Nam lúc bấy giờ. Sau năm 75 nhiều công trình điêu khắc, các tác phẩm nghệ thuật của ông trải dài từ

Hôm đoàn sáng tác thả cho đi tự do sau mấy ngày tập trung đi đây đó để tìm nguồn tư liệu sáng tác, tôi tranh thủ ghé sang thăm khu vườn tượng của ông. Thật may mắn hôm đó có mặt ông ở nhà. Phải nói điêu khắc gia Phạm Văn Hạng là người rất cởi mở, khi tôi chào hỏi ông thì nét mặt ông như rạng rỡ hẳn lên và vui vẻ trò chuyện như một người than quen mời vào nhà nói chuyện.

Trong cuộc vui trò chuyện văn nghệ ấy, ông hướng dẫn tôi tham quan khu vực sáng tác của ông, có những bức tượng, phù điêu đã hoàn thành cũng có những bức còn dang dở, tôi biết đây chỉ là một phần nhỏ trong những sáng tác của ông vì nơi ông sáng tác còn rải rác khắp nơi, đặc biệt trong "xưởng" mini của ông là sự hiện diện của tập thơ Phạm Văn Hạng được chế tác bằng kỹ thuật gò nổi trên đồng, kích thước 50x65cm nặng khoảng 250kg được thực hiện trong khoảng mười năm với sự trợ giúp của người học trò tên Nguyễn Thanh Phong. Niềm vui lớn nhất trong buổi gặp gỡ nầy là ông tặng tôi tập thơ ngắn với tên THƠ PHẠM VĂN HẠNG được in bằng 4 thứ tiếng: Việt, Hoa, Anh, Pháp. Ông hào hứng kể về tập thơ nầy cho chúng tôi nghe, giải thích một cách chân tình một số bài thơ vì theo ông có rất nhiều khái niệm ông muốn gởi gắm trong đó.

Để các bạn hiểu rõ hơn về tập thơ ngắn nầy tôi xin trích lại phần "Lời thưa" đầu sách, Phạm Văn Hạng viết: "...Tập làm thơ từ những năm 1970, gõ cửa nhiều nhà xuất bản!!! Gởi anh Trinh Đường đọc, văn sĩ Ma Văn Kháng. Nhà xuất bản Lao Động đồng ý trách nhiệm cho in. Năm 1992 tập Ý THƠ đã ra mắt theo dạng bỏ túi gồm 20 đoản khúc. Giao duyên: Nguyễn Văn Xuân. Giới thiệu:Trinh Đương. Ngõ: Đặng Nhật Minh, bản tiếng Pháp: Trần Như Cảnh, Nguyễn Minh Hoàng, Thân Trọng Sơn, Nguyễn Ngọc Tuấn, bản tiếng Anh: Tôn Thất Lan, Thái Duy Bảo, Vĩnh Khôi, Trung văn: Khổng Đức Đinh Tấn Dung. Sau đó nhận được "Đầu năm đấu láo" của Nguyễn Minh Hoàng – Trần Phong Giao. Cùng những lời nhắn nhủ của Cụ Khương Hữu Dụng, thi sĩ kiêm dịch thuật và những lời nhận định bạn bè bốn phương. Sau 10 năm, nay gôm lại được 29 bài trong "30 Năm Tập Tễnh Làm Thơ", Nguyễn Trọng Văn tổng lược, và đã thể hiện bằng chất liệu và kỹ thuật gò nổi trên đồng kích thước 50x65, nặng khoảng trên dưới 250 cân, trợ lý kỹ thuật Nguyễn Thanh Phong. Kỷ niệm sáu mươi lăm năm học làm người." Để thấy tập thơ ra đời có nhiều đóng góp của bè bạn và những người yêu quý ông, trước sau gì ông cũng chỉ nhận mình là người "Tập Tễnh Làm Thơ" mà thôi, Nguyễn Trọng Văn nhân đó viết đùa khi giới thiệu tác phẩm: "Tôi tâm đắc nhất chữ "tập tễnh". Tập tễnh thoạt nghe có vẻ tếu, buồn cười, không nghiêm túc, tuy nhiên nếu suy nghĩ lại chữ "tập tễnh" mang một ý nghĩa thâm trầm hơn chúng ta tưởng: Tập tênh, tập tành, tập tễnh, lò dò, tập dượt, tập sự, thử sai, điều chỉnh, điều tiết, luyện tập..."

***ĐỌC THƠ PHẠM VĂN HẠNG:**

Đúng như ông nói như đùa cợt khi tặng tập thơ cho tôi: Cả đời tôi chỉ làm có bấy nhiêu bài, giống như con tằm đã nhả hết tơ. *"Kỷ niệm sáu mươi lăm năm học làm người". Tập thơ thuộc dạng đặc biệt, bài dài nhất 28 chữ, bài ngắn nhất chỉ có 5 chữ, theo nhận xét của nhà phê bình Huỳnh Văn Hoa: "…Ngắn nhưng lại đầy ma lực về ý, hàm súc, thâm trầm, gợi trường liên tưởng rộng. Độ vang cao. Phóng chiếu ra nhiều chiều kích, nhiều năng lượng. Thơ ít chữ kiểu nầy giống như các bài kệ của các thiền sư nổi tiếng phương Đông…"*, không bài thơ nào có tiêu đề bởi vì nó…ngắn quá, giống như những câu chữ cô đọng lại không còn có thể cô đọng được hơn.

Mỗi bài thơ bắt người đọc phải tự suy đoán điều ông muốn biểu đạt bởi nó thật đa nghĩa, đa tầng, lối viết ẩn dụ đầy triết lý nhân sinh. Cuộc sống như một tấm gương phản ánh hiện thực nhưng có bao giờ lành lặn toàn bích không, bài học hôm nay đã khác với bài học hôm qua rất nhiều, ta nghiệm được gì từ *"những tấm gương luôn vỡ" đó:*

Những tấm gương luôn vỡ
Sự phản chiếu không mòn

Ông muốn nói điều gì về con rối. Con rối do nghệ nhân nhào nặn hay con rối do chính con người thủ vai và mang đến nhiều hệ lụy:

Những con rối được sống/ Nhờ bàn tay nghĩ suy
Những con rối chỉ huy/ Chỉ còn đầy nước mắt

Thơ ông có sự liên tưởng độc đáo mang đầy tính phóng dụ khi nhận ra sự tương quan đồng cảm nhưng đầy nhân văn khi viết về các tác phẩm của mình:

Những bức tượng trong vườn òa ra khóc
Khi nhân văn bị sỉ nhục giam cầm
Đá gỗ sắt đồng

Không thể lặng câm

Thơ Phạm Văn Hạng có nhiều bài mang đầy chất thế sự, thế thái nhân tình hậu quả tất nhiên của cuộc sống:

Vĩ nhân vô lại về với đất
Đất nở hoa trái tỏa hương dâng đời

Hay:

Chân giả tay giả tim giả gan giả xác thân giả
Khi tư tưởng của người đã bị chỉ huy

Nói như tác giả Bội Kỳ:"…*Những hình tượng thơ ca bay bổng trong mỗi nắm đất, tảng đá và sắt thép. Tác giả đã đổ mồ hôi cùng máu và nước mắt trong lao động sáng tạo nghệ thuật. Đây là những bài thơ không có tiêu đề, dù dài hay ngắn thường đọng lại nỗi niềm sâu lắng. Tác giả đã gửi gắm tới bạn đọc rằng: "Gạn từng tỉ năm / Ánh sáng / Chưa / thẩm / thấu / Một giọt thầm". Thật thú vị, du khách đến đây sẽ hình dung ra ông khi đọc bài thơ dạng tự họa. Phạm Văn Hạng viết: "Tóc / trở thành / mây / trắng. Uống giọt sương / Ưu / Sầu"…*"

Với Nguyễn Văn Xuân thì: *"Độc thoại vừa là hung ca khi cá nhân dám tự cô đơn, nhưng cũng là bi ca khi xã hội dẫn tới "chôn vùi nhân văn" nên từ đó nảy ra trăn trở, phê phán, xô xát, phẫn nộ, gào thét giữa cái tới chống cái lui, cái vị tha chống nghiệt ngã, cái phải – là – như thế chống cái không nên – như – thế. Người thơ tự cật vấn, tự bất bình rồi cật vấn, bất bình đối với nhân sinh, xã hội":*

Bóng tối đầy trăn trở
Vinh quang tràn kiêu căng

Những cái đảo điên trong đời sống luôn hiện ra như một nhãn tiền quay quắt. Nhà thơ luôn tự đặt mình trong một hệ luận để đi tìm một lời giải mà lòng luôn ngổn ngang trong sự suy tư giằng xé:

Con mắt to hơn cái bụng/ Cái miệng lớn hơn đất trời
Quái thú giữa đời/ Tâm não cuồng si

Xác thân đong đầy vật chất
Linh hồn trầm tích giáo gươm

Không tìm đèn trong đêm tối
Mắt lòng rực sáng trầm tư

Những bài thơ khác, sau các câu thơ ta nhận ra được uất hận, trĩu nặng trong tâm hồn Phạm Văn Hạng trước những tấn trò đời đổi trắng thay đen, tranh giành quyền lực:

Buôn vua bán chúa thời xưa cũ
Tướng sĩ đồng hành lũ vong thân
Hành pháp trong tay phường mãi lực
Gỗ đá buồn chao đảo nhân văn

Có thương đau mới thẩm thấu cuộc đời
Có suy tưởng mới tìm ra hư thực

Phát triển trên môi/ Diễn đàn trên giấy
Cái bánh vẽ ngàn đời phô trương dỏm
Còn được tô được nặn được rao truyền

Cửa quyền biến thương xá/ Nhà giáo hóa thời trang
Trẻ thơ đầy son phấn/ Ngày mai tràn thương tang

Đọc thơ Phạm Văn Hạng, ta thấy – dù rất ngắn – trái tim người nghệ sĩ chân chính: Đó là niềm tin, sự sáng tạo đứng trên quan điểm nhân bản, tình người để phản kháng chống lại cái giả dối, suy đồi trong cuộc sống, trong sinh hoạt nghệ thuật, người nghệ sĩ phải biết giữ cái thiện lương trong tâm hồn của mình:

Trầm không khoe sắc thắm/ Hương bay vờn khói mây
Ngát mùi xa tục lụy/ Lâng lâng hồn vô ưu

Tiếng đàn Kiều vô thanh
Ngàn năm vương ai oán
Oan khốc đời khôn vơi

Tóc trở thành mây trắng
Uống giọt sương ưu sầu

***NHỮNG KỶ NIỆM CỦA BẠN BÈ VIẾT VỀ PHẠM VĂN HẠNG:**

Tôi xin ghi lại một số nhận định, những ghi nhận của bạn bè ông trong giới mỹ thuật, văn chương viết về ông như một bức tranh khái quát về con người có nhiều tài năng nhưng cũng đầy cá tính nầy: Nói như nhà văn Nguyễn Quang Lập: " ...*Tôi thấy toàn thân rung lên khi đứng giữa vườn tượng Phạm Văn Hạng. Mỗi bức tượng, ông gửi gắm vào đó một nhân cách, một tâm nguyện, một chỗ đứng văn hóa và lịch sử. Qua những nhân vật này, Phạm Văn Hạng khát khao hướng về chân, thiện, mỹ."*

Nhà nghiên cứu Thái Bá Vân có nhận xét: *"Nếu Phạm Văn Hạng không để lại cho đời một cái gì to lớn, thì Hạng cũng để lại một vết lăn trên đường hành hương, không dễ gì tàn phai, một hăm hở trẻ thơ liều lĩnh trước cuộc phiêu lưu nghệ thuật mà không ai nói chắc được là thắng lợi... Và, tôi còn muốn nghĩ, ở Hạng, còn một tiềm năng trực giác đang ẩn tàng"* . Ông còn viết thêm: *"Có nghệ sĩ suốt đời chỉ làm một tác phẩm thế mà lừng danh. Đó là người tài lỗi lạc. Có nghệ sĩ chỉ làm chơi cho vui dăm ba hứng thú thế mà có tên giữa đồng nghiệp chuyên môn, đó là lãng tử gặp cơ may. Nhưng có những người phải lao động cật lực hết lương tâm nghề nghiệp, chấp nhận mọi thiệt thòi, chỉ cốt trở thành người hữu ích và chân chính, đó là một Phạm Văn Hạng".*

Riêng nhà thơ Trinh Đường khi nhận xét về thơ Phạm Văn Hạng đã có những câu thật chí lý: *"Có cảm giác Phạm Văn Hạng vừa tìm ra được một cách biểu âm mới, một chìa bí mật để đọc một lối chữ tượng hình mới. Thơ Phạm Văn Hạng hầu hết là những nguyên lý rút ra từ đời sống, nhiều tư tưởng như được phát quang từ những nơi tiềm ẩn của chính chúng ta".*

Nhà lý luận phê bình Khổng Đức Đinh Tấn Dung, dẫn lời nói của Edgar Poe để kết luận về thơ Phạm Văn Hạng: "Không cần phải tạo ra những câu thơ hay đẹp mà phải là những câu thơ đầy ý thức, Một tác phẩm xuất sắc chỉ nên căn cứ vào mức độ ý thức của nó".

Còn với Phạm Văn Hạng, chỉ đơn giản:"...*tôi là người lao lực, một thứ lao động chân chính và cật lực...".*

*

Tôi có thói quen thường thức sớm, hơn nữa lại thích cái không gian lãng đãng mù sương của Đà Lạt buổi tinh mơ nên thường ra quán sớm uống cà phê ngắm thành phố đang bắt đầu trở mình thức giấc trong màn sương mù mịt. Chợt nhận ra bên kia đường nhà điêu khắc đang bơi đi trong sương với chiếc áo cánh dơi ông tự thiết kế cho riêng mình. Định chạy qua mời ông cà phê nhưng thôi hãy để ông tự tại ung dung với công việc của mình thì hơn.

Tạm biệt Đà Lạt, tạm biệt nhà điêu khắc, nhà thơ Phạm Văn Hạng. Tôi rời Đà Lạt mà lòng cảm thấy yên bình biết bao. Tôi hy vọng một ngày nào đó trở lại khu vườn Yên Thế, thăm khu vườn tượng tình yêu của Phạm Văn Hạng với những bức tượng chân dung của những người nhà hoạt động văn hóa, văn nghệ sĩ không chỉ ông mà cả chúng ta cũng yêu quí họ như Trịnh Công Sơn, Bùi Giáng, Văn Cao, Xuân Diệu, Lưu Trọng Lư, Đào Duy Anh, Nguyễn Khắc Viện, Phùng Quán, Sơn Nam, Ngô Viết Thụ, Kim Cương… và cũng để tâm hồn mình được bay bổng cùng hồn thơ của ông trong tiếng thông reo rào rạt của nắng sớm hay mưa chiều trên thành phố bốn mùa sương khói với bao mộng mơ của một người lãng tử.

Sài gòn, tháng 7-2024

LƯƠNG THIẾU VĂN

Tham khảo:
Phiêu cùng cõi thơ của Phạm Văn Hạng của Trần Hoàng Vy
Phạm Văn Hạng, điêu khắc và thơ của Huỳnh Văn Hoa
“Người khổng lồ” Phạm Văn Hạng: Tôi “cố gắng làm người lương thiện” của Bội Kỳ

NGUYỄN THỊ KHÁNH MINH
Thơ Quỳnh. trong cảm nhận bằng hữu

HOÀNG XUÂN SƠN- QUỲNH ƠI, HỒN NHIÊN MỘT ĐÓA...

Nguyên câu thơ trên là, *hồn nhiên một đóa nở ra vô thường*, trong bài thơ quỳnh tôi viết năm 1996, tôi nhắc ra đây vì nhân hôm nay đọc bản thảo Thơ Quỳnh của nhà thơ Hoàng Xuân Sơn (HXS). Không tự nhiên mà tôi liên tưởng Quỳnh của HXS đến một loài hoa thay vì, rất có thể, là tên một người, bởi trong lời Thưa, tác giả nói, *Những bài trong tập này, nếu được gọi là thơ; cũng chỉ là những hương sắc vô thường của đất trời bắt gặp, theo cảm nghĩ riêng của người viết. Trong một khoảnh khắc thoáng có, trăm ý rời cũng giống như quỳnh hương, thoạt đến, rồi tản mạn vào đêm.*

Trong tập Thơ Quỳnh, từ Quỳnh 1 đến Quỳnh 22, tác giả chạm đến nhiều đề tài, nhưng tôi xin chỉ đi từ tâm đóa hoa này mà tới ngọn ngành cảm xúc, mà chạm được giây tơ rung cảm của im lặng, mà từ vô thường biết đâu bắt gặp một giây miên viễn tình cờ - mầu trăng bát ngát sông đêm- Âu đó cũng là món quà của cảm xúc.

và ký ức mở ra
lòng bát ngát cõi trăng xanh
dòng sông đêm vườn hương dìu dặt
như thinh. như ru
... người và đêm trôi về một xứ
... chị hát em cười đêm sáng trăng
(Thơ Quỳnh 4)

Xin phép tác giả, tự nhiên tôi muốn nối câu này vào *một xứ* của đêm quỳnh. Chẳng biết vì đâu, thấy hình ảnh ấy nó lộng lẫy hồn nhiên trên dòng hương cố xứ. Và vì sao, Hương là hương từ cố xứ? Có nguồn cơn cả thôi. Thơ Quỳnh khơi gợi mối cảm hoài mây trắng, ngó lên cao, ánh mắt lưu vong cứ khắc khoải mây tần -*mười năm xao xác ngọn mây tần*- (Thơ Quỳnh 17), nhìn xuống bước chân đi thì thúc thủ dặm về,

mưa ở ngoài trời mưa rất lâu
mưa lạnh vai người mưa ướt tóc
tay nhỏ làm sao che ngang đầu
chân nhỏ làm sao về thăm mẹ…
(Chuyện Trò, Thơ Quỳnh 18)

Đấy là tâm cảnh của người thơ. Dựa trên ấy để thấu nước mắt nụ cười con chữ. Xin cho tôi dùng cảm xúc của mình như từng mắc xích nối một dòng Thơ Quỳnh.

ai xướng tên ta lúc về chiều
hồi chuông báo hiệu giờ cao điểm
cuốn hút ta đi dòng bấp bênh
bụi khói hoàng hôn mặt người tím sẫm
(vieux m. Thơ Quỳnh 13)

Dường như Quỳnh đến với chiều, lúc bắt đầu chuông thời gian báo hiệu ấy. Rồi…, một dòng bấp bênh sinh mệnh. Trong thơ quỳnh xưa, tôi đã, *Cỏ cây buông mộng trông vời / Tàn hoa thảng thốt tiếng cười rạng đông*. Thưa Nhà Thơ, hồ như giữa chúng ta, suy niệm về thời gian đều cảm thức tính ảo, đếu mon men đến rìa mộng của nó. Trong mộng đêm quỳnh, cái biến dịch từ khói hoàng hôn, từ tím sẫm mặt người, (mặt hoa?), đến thảng thốt tiếng cười rạng đông, có phải ông đã phóng chiếu cái vô thường đời hoa vào đời người để thấy một dòng bấp bênh giữa hai đầu báo hiệu đến đi?

Lúc này đây, trong từng tích tắc -đều-đều- của chiếc đồng hồ đang treo trên tường, tôi nghe tiếng đọc thơ rơi khẽ như hạt trong. Khóc rồi cho trái tim thổn thức?

thơ ngắn
tựa như mình
khóc
rồi.
một buổi mai tịnh độ
vân yên hà đương say

mộng đời không ai giữ
thức dưới tạng hoa gầy
(Hoa, Thơ Quỳnh 1)
nhắm mắt nằm một thôi
dựng dậy. ngày quá ngọ
lơ mơ bước ra trời
đất chói lòa nắng đỏ
(Nằm Ban Ngày-Nhớ Phạm Chi Lan- Thơ Quỳnh 1)

Một thôi mà, từ cái nhắm mắt ấy lại sững sờ trời đất thế sao…, thốt nghĩ, đến và đi, đất và trời. Nhà thơ ơi, tôi cũng mong là còn lơ mơ mộng để không nhìn thấy, làm như không nghe, con quạ khàn giọng đập cánh trên giấc mộng đời, để có được phút an nhiên trong đường bay chênh vênh của -hạt bụi-

hạt bụi bay qua nóc nhà thờ
núp vào thánh giá nép vào thơ
trời cao xanh quá lòng vô nhiễm
một phút an nhiên thổi tới bờ
(Hạt Bụi, Thơ Quỳnh 2)
lũ lượt người về như ong vỡ
một ngày tan biến giữa thinh không
đạp xe trong quãng bình yên ấy
chợt thấy lòng vui một chút buồn
(Tan Biến, Thơ Quỳnh 2)

Nghe xem trong xôn xao, có thinh không tan biến, có vòng quay tròn bánh xe gặp gỡ một đều đặn bình yên như chiều quay đồng hồ kia, thế thì *lòng vui một chút buồn* là năng lượng tiếp sức cho luân xa ấy, để bật ánh sáng bến bờ của trái tim thơ. Có kinh nghiệm đoạn trường mới thấy sức mạnh của tu dưỡng, đạp xe đạp xe…, có được ban cho một quãng bình yên thì là chắt chiu của hạnh phúc rồi, hãy nhận phút tức thì ấy để đạp xe, để bay mau đoạn đường gian nan,

bay một thuở chín từng u ám
chim bay mau bay mau bay mau
mái nhà cong hiên người áo xám
người ở lâu ở lâu ở lâu

(Ở Sầu, Thơ Quỳnh 4)

Bay mau bay mau, ở lâu ở lâu, nghe như kinh khổ để qua được những tầng u ám. Để thấy cõi huyền nhiệm kia. Ơ kìa trong gió vừa thoáng tà áo bay. Phải mà níu được mầu áo vô vi thảnh thơi ấy bay đi bay mau để khỏi *ở sầu*. Để biết rằng qua mùa thương tưởng sẽ thấy được không gì là giá đỡ mầu nhiệm hơn mầu xanh của tiếng hát cho ta về soi xuống dòng trong của nguồn yêu thương không vướng bận,

... sống lại hết một mùa thương tưởng
gió choàng vai lên dịu hiền
ồ tiếng hát xanh như nguyệt
nguồn yêu thương đã trở về trở về
(Trăng Vẫn Xanh, Thơ Quỳnh 4)

Ở đâu vậy, gương trong ấy? Chỗ đất trời khắng khít nhau? Nơi con người qua gạn lọc khơi trong để có cho mình những ý trong veo? Và nước mắt rơi xuống hồ mộng ấy phải là hạt nguyên thủy của trẻ thơ thì mới tỏ gương trăng chân như.

rồi sẽ một ngày lên thăm núi
tựa chỗ đất trời khăng khít nhau
cho mây đậu xuống tóc thành suối
và hồn trong veo ý nghĩ đầu
(Ý, Thơ Quỳnh 5)

thương quá giọt lệ hiền trẻ thơ
như đá như cây những mái nhà
ôi chút vô tri còn biết gọi
thương mình. trăm cảnh huống người ta
(Giọt Trẻ Thơ, Thơ Quỳnh 7)

những mặt gương trong xanh biếc hồ
dưới nguồn thanh thản đáy hư vô
hoa bèo trên sóng hoa cúc dại
lối thảm nhân gian vệt cỏ mờ
(Cảm Hoài- Thơ Quỳnh 8)

Này, để mà cõi nhân gian được nhẹ nhàng là vệt cỏ mờ thì hẳn vẫn còn nhiều hệ lụy truân chuyên trên con đường, gọi là ngắn ngủi phù du cũng đúng, mà thấy nó dằng dặc thăm thẳm cũng hợp tình. Vậy thì để rút bớt dặm dài, nhà thơ cũng chọn ra được một cung cách, ngồi xe dằn xóc hoài ắt sẽ có lúc lọt vào chỗ êm, cái sảng khoái là vậy chăng?

lấy tay làm gối
cũng yên một bề
cũng
yên
một
bề
(Thơ Quỳnh 16)

buổi sáng vươn mình trong xó bếp
lại thêm một ngày qua nữa đây
có hùng hục nhen lò nhúm lửa
xin nhẹ tay kẻo nước vơi đầy
(Nhật, Thơ Quỳnh 7)

Tôi thích cái cư xử *nhẹ tay kẻo nước vơi đầy* này. Nhu hòa bao giờ cũng khiến cho ta được nhẹ nhàng, nghe nói trong võ thuật có cái gì đó gọi là nhu thắng cương. Trong đạo làm người dường như cũng thế.

Xem như đây là cách tự vệ của Nhà Thơ,
đất đá cũng tan hàng
thì thôi hành độc cước
giữa cuộc đời hỗn mang
đứng chân nào chả được
(Hành, Thơ Quỳnh 7)

Thưa nhà thơ, những mũi tên của cây cung hỗn mang bắn lung tung phía…

đứng nghiêm đứng nghiêm
dòm trời sảng khoái
ngó đất khật khùng
đứng im đứng im
nghe chiều bước tới
nghe tượng mòn vai
(Ở Thế Nghiêm, Thơ Quỳnh 9)

ừ đau
thì cũng đau rồi

thì đi cũng đấy
thì ngồi vẫn đây
cũng chung chung tháng với ngày
cũng buồn vi vút
trời mây
mây trời
((Thơ Quỳnh 13)
ờ rồi cũng sống cho ra hạnh
ruột thẳng ngay boong quân tử liễu
ví như chẳng được làm tiên thánh
sẩy chân còn gậy chống đời sau
(Hạnh, Thơ Quỳnh 9)

Dùng Hạnh làm gậy chống cho bây giờ và đời sau. Cuộc đời này còn đẹp vì còn những người hiền. Mong ngày nhiều hơn những hạt lành được gieo trên đường chúng ta đi.

ngán thay mùa gió chướng
đầy trời ngọn quỷ phong
ra đường thân ngả ngớn
biết quay về được không
(Chướng, Thơ Quỳnh 7)

Chắc chắn là được, vì với quỷ phong, đứng thẳng sẽ bị quật ngã trước khi đủ sức bật, thế thì phí công quá, thái độ của Nhà Thơ như nói rằng không thể hữu dõng mà được ở ta bà gió chướng này, xem như ngả ngớn là một thế hư, thế thủ trước khi đương đầu vậy, nên tôi biết con đường quay về kia thênh thang, ngọt bùi ngồi lại cùng nhau nghiêng chén mộng.

như tinh anh đất trời
đắng cay chia từng ngụm
đâu hạn hẹp lòng ngời
rót nguyên đầy. mộng cả
(Môi rượu- Quỳnh 5)
chén dài chén ngắn trút vào nhau
sao cho cạn hết sầu vô lượng
(Lời Quê, Thơ Quỳnh 19)

Đã đi được đến cuối dòng bấp bênh một đêm quỳnh chưa? Đã đến được lúc, *nghe trong vỏ ốc / chiều tà / biển loa hú gọi / trăng*

/ và tiếng ngân / ngàn sau / đây / đó / cũng gần (thơ Quỳnh 3) chưa?

Có lẽ. khi lui về cô tịch, khi chan hòa với nỗi cô độc của sao trời,

núi cao ẩn một chàng
biết thâm sơn cùng cốc
biết cả vì sao đang
hát những lời cô độc
(Ẩn, Thơ Quỳnh 16)

Có lẽ. Khi đã ngân lại thành nhịp đập diệu kỳ của bảo vật con người,

như nhịp đập trái tim kỳ diệu
sống vẫn đây. sống hẵn còn đây
dù hệ kiếp hao mòn thân tượng
tâm dung ơi bát nước tràn đầy
(Thơ Hồng- Thơ Quỳnh 12)

cũng chỉ là thơ lẫn với thơ
chẳng nói cao xa chỉ chuyện trò
tầm thường như một cây bông giấy
nở dưới tường ai buổi đợi chờ
(Thơ Quỳnh 18)

Đó cũng là lúc trở về. Trở về theo vẫy gọi của đóa bông giấy sơ nhiên trên cổng tường nhà cố xứ, có nỗi đợi chờ ta ngồi cùng nhau nói tiếng muôn đời, … *hãy bình yên thời khắc lặng chan hòa*… (Dòng Không, Thơ Quỳnh 8). *thời khắc lặng*, để, … *bùng lên sâu thẳm một tức thì* (Thơ Quỳnh 10). A. *ngàn sau đây đó cũng gần*, phút bình yên hiện tiền, thôi trước không sau, hãy về làm con trẻ của thiên nhiên,

buổi sáng ra đi nắng cụng đầu
nghe trời xanh thẳm hát vài câu
nghe đất thấm dậy mùi hương mới
và thấy băng ngang một nhịp cầu
…
và thức như vườn đêm sáng trăng
nằm chơi dưới một cội hoa quỳnh
đời không câu thúc lòng không bận

như giọt sương kia chẳng biết buồn
(Và Nghe . . . Thơ Quỳnh 12)

... đừng thức nhé. đêm chưa về đủ / cho hoang đường giấc mộng... (Thơ Quỳnh10). Vẫn còn trăng quỳnh, phải không? Trong cõi long lanh của hạt sương thì chỉ có tiếng thầm thì là chuyên chở được hết huyền nhiệm của âm thanh.

đừng mở miệng. đừng. tơ trời đương xuống
rụng trên đồi và tiếng hát bao la…
(Dòng Không, Thơ Quỳnh 8)

Thơ bát ngát niềm trân trọng và hân thưởng. Tôi được học rằng, biết hân thưởng là một mỹ đức…

Ngoài trời, đang buổi xuân mưa thong thả, những hạt nhẹ như không kia là tơ trời? Và tiếng hát bao la, là mầu xanh mải miết trôi? Xanh cao chỉ lối. Xanh tơ ban tặng. Xanh đong đầy đồi, Thơ cũng mở ra niềm hy vọng. Tôi nghe nói rằng, một trong những sức mạnh giúp ta đi, là Hy Vọng.

Tôi đã kết xong xâu chuỗi Quỳnh Thơ, nếu có mầu sắc nào bạn thích thì đó là do phản chiếu của Thơ Quỳnh trên dòng cảm xúc. Xin cùng nhau, *bình yên thời khắc lặng chan hòa…*

NGUYỄN THỊ KHÁNH MINH
Santa Ana, 5. 2016

Danh ngôn

Cho dù bạn ở đâu, chính bạn bè tạo nên thế giới.
Wherever you are, it is your friends who make your world.

William James

LÊ HỮU MINH TOÁN

NHỚ NGẬM NGÙI

Người ơi,
buồn lắm giờ đôi ngả
Một góc trời riêng nhớ ngậm ngùi
Căn phòng trống trải dường xa lạ
Sách báo đèn khuya vọng tiếng cười

Hạnh ngộ
bao ngày sớm qua mau
Êm đềm dấu ái tựa chiêm bao
Nhớ quá, mắt môi nhân dáng nhỏ
Thoang thoảng làn hương thấm ngọt ngào

Người đến
rồi đi còn lại đây
Lặng lẽ.sầu dâng chiếc bóng gầy
Làm sao quên được bao kỷ niệm
Những phút giây này nhớ ngất ngây

Phương xa
người có buồn trăn trở
Vời vợi tình thơ ướp mặn nồng
Bên nhau đối ẩm từng giai điệu
Một chuỗi êm đềm ai nhớ không

Buồn thương
gởi gắm mấy vần thơ
Lời lời rót mật gói trong mơ
Đêm đêm giá lạnh hồn tê tái
Bóng nhớ hắt hiu mỏi đợi chờ ...!

@ LÊ HỮU MINH TOÁN
- Houston - Sept. 15, 2024.

VIÊN DUNG

AI ĐÃ VÀO TÔI KÝ CHÚ

A/

1/-

trái ý, đồng minh ngầm phán xử
chết oan tổng thống
hết lòng vị quốc
tủi phận, ai cam lòng khóc thương
ý thức tự cường
ráo mực

2/-

nỗi buồn nhược tiểu tự thức
thầy kể : vua ta
bị giặc tây đày. ai ký chú

niềm tôn sùng vấy tủi nhục
chui gầm tâm khảm
rưng rức

3/-

của giặc có
nhiều sự thật
nằm trong nén, đến sợ hãi
khắc khoải
ngờ ngợ tai bay
thôi thúc người ta bỏ chạy

4/-

tập trung đày
ly tán, đọa vào vô phúc
vô thần vươn tay khuất phục
chà xát bén lưng
ung dung tự dưng mất
dưới ngất tượng đài, chật vật

5/-

được thả về như cục đất
cục đất thất thần
đất không ưng đất, ai ghi
chuyện quốc kỳ đột biến
trọ đâu lương thiện
kỷ thị đảo điên

6/-

vớt vát ơi
ngời ân cứu rỗi
vượt đi, tìm nơi dễ thở
bằng đổi chết biển khơi
miễn sao vượt khỏi
lùng tung khuất phục vô thần

B/

1/-

biển rộng
hồng em bé bỏng
bi ki ni mát mỏng bóng hè
nhác trông, len đùi kẽ trống
ai ghi mộng
nắng biển, em hồng mát vô ưu

2/-

ai đã vào tôi
ký chú
đường rong chơi, vấp
truông đời
tình chưa cặp đôi
đất rối bời, bỏ xứ

3/-

mây trời uốn theo
ánh mắt em lóng lánh mộng
trời ban bố thứ em không biết
liếc đó, khoảng nắng kẹt đùi
về. tới nhớ lui, ai ký chú
góc trai tình nhú trỗ chiêm bao

4/-

ai đã vào ký ức tôi
thuở trai tơ, ghi tình
ý thầm yêu trộm nhớ, và
ghi rõ em chẳng hề yêu
đó, đau không thể qua đò
tới giờ chưa gạch bỏ

5/-

sau, tình cờ nọ
nhắc chuyện hồi đó

hững hờ: em có nhớ gì đâu
chớ, ký ức tôi, ai ghi tình đầu
vết yêu đau
nọ, không thể cùng nhau
6/-
qua rồi, những chặng đời đó
tưởng quên đi, kể bỏ
chừng ai nhắc nhỏ riêng niềm
sóng nghiệp duyên nhịp vó vô bờ
xa quê, chưa hoàn niệm
bao lần ký ức vói qua tim

THẤT TRẮNG LỜI CHIA TAY

1/-
Kim Dung, tà thắng chính ư ?
nhân tính người hình chưa đủ
dưới gầm thiên tỉ người tu :
tịnh khẩu !
dửng dưng, nhân gian lời nín
xừng xựng buồn, ai giã từ
chính thể Việt Nam Cộng Hoà
đột tử !
hỡi ơi ! rừng người tứ xứ
tang chế không, chào không chữ
không lời chia tay, thất trắng
chia buồn !
2/-
thể chế tan ngoài mong muốn
người quốc gia đẩy vào truông
tập trung cải tạo khét tuồng
biệt lưu !
súng buông. quê, giặc đồn trú
ai chia buồn người lính cũ
phế binh xất bất đòn thù
thúc thủ !
phải đạo mài câu, chinh phụ
cưu mang : thoái về ngoại, trú
ngỡ ngàng thương tiếc tịt mù
chia tay !

VIÊN DUNG

DŨNG NGUYÊN

CUỘC VIỄN TRÌNH CỦA SỐ PHẬN

Chúng tôi vừa về đến cổng trại, hình như hôm nay có một điều gì đó khác thường , nên số trại viên tự giác đứng trước cổng trại chờ kiểm soát chúng tôi sau khi lao động trở về có cử chỉ khác thường.Về đến phòng, tôi vội vã lãnh phần cơm chiều và ăn thật nhanh để ra“điểm hẹn”. Đó là một con đường đất có bề ngang 3 mét bên sau hàng rào kẽm gai ngăn cách giữa những “ngôi nhà” trại viên với Hội trường văn nghệ, Phòng giáo dục và phòng làm việc của An ninh trại. Đây là một hành lang ít nhiều cho chúng tôi có được một khoảng trống để hẹn hò, một chút không gian thoải mái, cùng nhau trao đổi những câu chuyện vui buồn trong một ngày lao động cực nhọc.Khi tôi vừa ra đến “điểm hẹn” một anh bạn, trại viên phụ trách làm công việc vệ sinh trong trại, nói nhỏ với tôi :

Anh biết gì chưa ?

- Biết gì ? – tôi hỏi lại.Phải chăng có điều gì bất thường phải không ?

Có – anh bạn nói tiếp. Mới chiều nay có một nhóm tù nhân “ đặc biệt” từ Miền nam chuyển đến.

Sao gọi là nhóm tù đặc biệt ? – Tôi hỏi lại.

Vì trong nhóm đó có những nhân vật nổi tiếng, hình như có một Học giả uyên thâm , là Thiền sư và là một nhà thơ vừa được giảm án từ tử hình xuống chung thân. Đó là những người mà chúng ta không được phép tiếp xúc, bên An ninh bảo như thế!

Nghe đến đây, tôi lặng thinh không hỏi thêm điều gì nữa. Vì tôi biết rõ vị Học giả uyên thâm đó là ai, mà ở đây phần lớn khi nhắc đến chúng tôi luôn gọi bằng Thầy. Thầy là bậc Trí giả uyên thâm Phật pháp, một Thiền sư có tấm lòng đại bi thông tuệ. Bất chợt tôi cảm thấy ngậm ngùi đầy thương cảm. Tôi sợ, rồi đây cái thân Bồ tát của Thầy có chịu nổi nơi này, cái nơi thung lủng xa xôi, bao bọc bỡi núi rừng mờ mịt:

” Đêm lạnh buốt canh khuya nghe tiếng cú
Ngày nắng khét da người theo ngọn gió nam Lào”.

-3-

Tôi nghe một nỗi buồn rươm rướm vây kín niềm suy tư trong cô đơn của thân phận một con người ! tôi thầm đọc lại hai câu thơ của Thầy để tìm một chút niềm tin bất hoại trên bước đường vạn dặm đau thương ;

“ Ta, trên lưng mòn mỏi nợ ân tình
Cùng định mệnh lạc loài Tổ quốc !”

*****

Hôm sau nghe anh em truyền tin cho nhau, Thầy được phân về làm ở nhà bếp trại trong khâu rửa chén, quét dọn, lau nhà, gánh nước ! Tôi mừng cho Thầy vì công việc này không nặng nhọc lắm, nó nhẹ nhàng hơn nhiều so với công việc khiêng đất, đào ao như chúng tôi. Đúng thôi! Vì Thầy thuộc “hệ” chưa đủ tin tưởng, làm sao đi ra khỏi trại để làm công việc này. Từ đó, tôi thường tìm cách như tình cờ để gặp Thầy giữa đường khi Thầy từ nhà bếp về phòng sau mỗi buổi chiều. Lúc nào tôi cũng chỉ hỏi nhỏ :”Thầy có khoẻ không ?” Thầy chỉ gặt nhẹ đầu với nụ cười đầy nhân từ trong sáng không có một chút dấu vết của phiền luỵ hay hận thù của thế gian. Thầy ngước mắt nhìn lên từ làn mi đen sâu thẳm toả ra một ánh sáng của đôi mắt như ngọn hải đăng truyền dẫn nguồn năng lượng tích cực vào tôi, rực sáng niềm tin của cuộc sống không buông lòng trong lúc gian nguy. Chừng ấy thôi, tôi không cần Thầy nói, vì nó đã thoa dịu cõi lòng cằn cỗi trong tôi.

-4-

Rồi không biết vì lý do gì, vào mùa đông năm đó tôi cùng một số anh em trại viên khác được lệnh chuyển phòng về Nhà 1B, nơi mà Thầy và “nhóm đặc biệc” đang ở. Khi về tới nhà mới, Nhà trưởng nhắc nhở chúng tôi không được đến khu vực nhóm của Thầy đang ở cuối nhà và không được tiếp xúc dưới mọi hình thức. Nói thì nói vậy thôi, làm sao cấm chúng tôi cười hay cúi đầu chào nhau trên lối đi vào nhà vệ sinh. Rồi một hôm, vào lúc nửa đêm cả trại bật đèn điện sáng trưng và có tiếng xe của cán bộ rần rần chạy vào trại. Một cán bộ Giáo dục đã vào gõ cửa Nhà 1B chúng tôi, có vẻ khẩn thiết lớn tiếng nói :

Tất cả các trại viên nghe lệnh. Tất cả những người có tên sau đây dậy thu dọn gọn gàng hành lý chuẩn bị chuyển trại.

Trong danh sách chuyển trại mà cán bộ đọc có tên tôi và nhóm của Thầy.Với danh sách chuyển trại như vậy, thoạt đầu làm chúng tôi vô cùng hoang mang, thắc mắc. Nhưng rồi mọi người đều nghĩ là "một trại viên" đã qua trại này rồi thì bận tâm hay thắc mắc làm gì khi phải chuyển qua trại khác. Đến một giờ sáng chúng tôi được áp giải ra khỏi cổng trại và tập trung tại một khu đất trống có nhiều chiếc xe đò chờ sẵn. Chúng tôi được thanh lọc ra từng nhóm để lên xe. Khi lên xe chúng tôi được "đeo" còng inox chung tay nhau hai người một, ngồi hai ghế sát nhau.Điều này đối với chúng tôi chẳng có gì

-5-

lạ. Xe bắt đầu chạy, phải mất nhiều tiếng đồng hồ xe chúng tôi mới ra tới Quốc lộ 1. Ông bạn chung còng lay tôi nói nhỏ :

Xe đi về hướng bắc rồi.

Vậy mình bị đưa ra Miền ngoài rồi– tôi nói.

Giai đoạn này không lẽ còn đưa ra biên giới hay sao ? – giọng nói của bạn tôi có vẻ hơi lo.

Đi đâu cũng vậy thôi – tôi an ủi. Hãy thuận theo tự nhiên đi !

******

Một lần nữa ông bạn chung còng lại lay tôi dậy và nói :

Dậy đi,tới cầu "Chia tay" rồi.

Sao ông biết ? – tôi hỏi.

Tôi nhìn ra ngoài cửa xe khi đi qua phố thấy có ghi trên các bảng hiệu.

-6-

Xe còn tiếp tục chạy chứng tỏ chưa tới điểm dừng của mình – tôi nói.Thôi thì "thí cô hồn" cho cái thân xác này đi bạn ơi. Ở đâu mình cũng là thằng tù có gì khác hơn, hãy ngủ đi – tôi an ủi.

Khi đoàn xe đưa chúng tôi dừng lại tại một khu dân cư, hình như tại một khu đất trống chứ không phải bến xe. Cán bộ lại lên từng xe một đọc danh sách, kiểm tra từng phạm nhân. Sau đó họ chia ra một đoàn xe tiếp tục đi về hướng bắc, còn một ở lại chuẩn bị chạy về hướng đông.Tôi và anh bạn chung còng tiếp tục đi ra hướng bắc. Trời ở đây đang vào giữa mùa đông nên chúng tôi cảm thấy rất lạnh, một cái lạnh mà chúng tôi chưa gặp bao giờ ở đất Phương nam ! Cuối cùng đoàn xe chúng tôi quay đầu đi về hướng núi. Có tiếng xôn xao nho nhỏ trên xe "đi về trại Bz " rồi ! Đúng vậy, 5 giờ chiều đoàn xe của chúng tôi đi vào cổng trại dưới tấm bảng có dòng chữ ;"Bz, Thành Nam ". Tôi biết, đây là một trại lao động có tiếng nằm trong danh sách "top ten" !

Trước khi nhập trại, một thủ tục lúc nào cũng vậy, tất cả chúng tôi phải trải qua một cuộc kiểm tra hành lý thật nghiêm ngặt. Một ông bạn bên cạnh nói nhỏ với tôi : "Thầy cũng chuyển ra trại này". Bây giờ tôi mới để ý thấy Thầy đang đứng bên kia, nơi có nhiều cán bộ đang kiểm tra hành lý một cách "đặc biệt". Tôi nhìn thấy dáng Thầy gầy gầy, thật mong manh trong chiếc áo vạt hò màu lam đã bạt. Nhìn Thầy tôi không

-7-

khỏi bùi ngùi xúc động, không biết rồi đây với chiếc áo vạt hò bạt mầu đó có đủ ấm cho Thầy trong cuộc viễn trình của một bậc chân tu.

Sau khi kiểm tra hành lý xong,tôi được đưa về đội 3, ở Nhà 1. Bây giờ trời đã tối nên gió từ núi đá thổi về càng lạnh hơn. Tôi vội vả bước nhanh vào Nhà, nhìn lên trên vách thấy một hàng chữ khắc mờ mờ :" Gerneral ...", tôi giật mình và nhìn về góc tường bên kia có chữ "Chairman ..." Trong đầu tôi thoáng nghĩ : "điều này tốt hay xấu đây!". Chúng tôi không biết tin tức gì về Thầy.

Đến một tuần sau tôi kết thân được với BS Tân, một trại viên phụ trách trạm Y tế trại, BS cho biết Thầy và "nhóm " của Thầy ở khu "Tập trung đặc biệt", không được đi lao động và BS chỉ được đến tận khu nhà ở khám bệnh khi có người khai bệnh. Tình hình như vậy, tôi chỉ còn biết nhờ BS Tân thường xuyên chuyển lời tôi, một nhà báo thăm hỏi sức khoẻ của Thầy.

*****

Như vậy tôi đã ở trại Bz, được một năm.Tôi đã quen dần

thời tiếc cả hai mùa nóng lạnh vô cùng khắc nghiệt, nhất là tình cảm anh em trại viên phía Bắc, gần gủi và thân với tôi hơn. Đến một ngày vào giữa mùa đông , cán bộ Quản giáo bảo

-8-

tôi mang đồ đạt cá nhân lên trình diện Phòng giáo dục. Đến văn phòng Cán bộ giáo dục hỏi tôi :

Anh biết tại sao chúng tôi gọi anh lên đây ?

Thưa cán bộ, tôi không hề biết lý do – tôi trả lời.

Nếu bây giờ nhà nước thả anh về anh nghĩ sao ?

Nếu điều đó xảy ra, thật lòng tôi không dám tin – tôi nói - vì tôi còn 6 tháng nữa mới đủ 20 năm tù ở.

Người cán bộ nhìn tôi với ánh mắt có chút thân thiện hơn và đưa cho tôi tờ Quyết định tha tôi ra khỏi trại. Nhưng buộc tôi phải theo xe một cán bộ đang chờ sẳn ra ga xe lửa để mua vé tàu hoả cho tôi về Nam ngay trong đêm.Đến ga, người cán bộ vào mua vé cho tôi và đưa tôi 50 ngàn đồng gọi là tiền làm lộ phí trên đường về. Đặc biệt ông ta chờ tôi lên tàu rồi mới chịu quay về. Ngồi trên tàu , ngọn gió đêm đông nghe lạnh buốt da người, chiếc áo lạnh đã sờn trên người tôi từ Phương nam không làm đủ ấm cái lạnh gắt gao của mùa đông Phương bắc. Tôi nhìn qua cửa sổ con tàu, bóng đêm vùn vụt qua những hàng cây như lay gọi niềm suy tư trong cô đơn trên bước đường thầm lặng của người tù được tự do trở lại đời thường. Bất chợt tôi nghe lòng khô héo, rươm rướm một nỗi niềm cô quạnh, tôi nghĩ đến những người bạn của tôi còn ở lại, nhất là nghĩ đến Thầy, một bật chân tu có chịu nỗi cơn lạnh của mùa đông này

-9-

không, một mùa đông không tha thứ cho bất cứ ai ! Hình như tôi đã khóc. Tôi thầm gọi tên Thầy và bạn bè còn ở lại. Thầy ơi, bạn bè ơi ! Thôi hãy quên đi kiếp đời trần tục này đi và bao muộn phiền của số phận đang đè nặng trên cuộc viễn trình của một kiếp nhân sinh thầm lặng của chúng ta !/

DŨNG NGUYÊN

PHAN HẠ DU
THẦM THÌ ĐÀ LẠT

Tôi gặp tuổi thơ tôi
Sắc dã quỳ vàng nắng
Thì thầm những đồi thông
Phố khuya thời yên vắng

Quấn sương mờ phố cũ
Hoa đang độ vào mùa
Tiếng rừng reo thác lá
Gởi ta về ngày xưa

Đường nở rộ tường vi
Tím qua chiều Đà Lạt
Lang thang quên lối về
Mải mê nghe rừng hát

Nắng chiều đông Đà Lạt
Ấm lên mãi phố xưa
Bao nhiêu câu chuyện cổ
Kéo nhau về tuổi thơ

Ơi mùa đông Đà Lạt
Người thương tôi đang chờ

PHAN HẠ DU

TIỂU LỤC THẦN PHONG
ĐÊM NAY NHỚ NGƯỜI

Bình minh dậy đóm lửa hồng
Đất trời một cõi bềnh bồng thênh thang
Từ khi lạc dấu địa đàng
Ngổn ngang ngẩn ngóng ngỡ ngàng ngu ngơ

Ngày đi mưu sự vật vờ
Đêm nằm mộng mị tưởng tơ đứ đừ
Những toan tính đến sặc sừ
Mười phần hết chín hỏng hư hết rồi

Nghe mằn mặn
Liếm làn môi
Mùi hương thoang thoảng mồ hôi tình trường
Lạc loài ở giữa con đường
Âm hao tướng sắc dương cường khí sa

Quẩn quanh một cõi Ta Bà
Miệt mài mấy quận biết là phải chăng
Tử sanh thì cũng đành rằng
Kiếp nhân sinh lắm đãi đằng em ơi!

Vụng về cũng thể cuộc chơi
Khôn ngoan sắc sảo lỡ đời lại đau
Cầm bằng có nhớ thương nhau
Thôi thì thôi nhé ngày sau mình cười

Rằng ơn oán cả kiếp người
Một mai mở mắt trắng trời mây bay
Hoàng hôn cuộc lữ còn say
Tròng trành ta lại đêm nay nhớ người

TIỂU LỤC THẦN PHONG
Ất Lăng thành, 0923

HUỲNH VIẾT TƯ
SUỐI TÌNH

Thời đó, học xong ra trường không phải đi xin việc khó khăn như bây giờ. Nguyên cầm trên tay tờ quyết định, đến nhận công tác tại một nhà máy lớn nhất tỉnh mà không khỏi băn khoăn, hay nói đúng hơn là lo lắng mông lung. Bước chân vào cổng một đoạn, nhìn về phía mặt tiền phân xưởng Cơ khí, một phân xưởng lớn nhất của nhà máy, Nguyên thấy dòng chữ cở to phía trên cửa ra vào: " Lao động quên mình vì sự nghiệp giàu mạnh của Quê hương và Tổ quốc!".

Tại đây, Nguyên được làm quen với nhiều công nhân khác, trong số đó, hắn thân nhất là Bích Liên làm thống kê phân xưởng. Bích Liên nhỏ hơn Nguyên hai tuổi, học trung cấp thống kê ra trường về đây trước hắn ba tháng. Quê Bích Liên ở một vùng trung du tỉnh Quảng Nam, miền quê với những thửa ruộng bậc thang nhỏ và những vùng đồi trồng chè, cây ăn trái, cây công nghiệp, cây dược liệu... Cuộc sống quen lao động từ nhỏ đã tạo cho cô một thân thể chắc và khỏe khoắn, với nước da hơi ngăm đen và nụ cười hiện rõ "vết hôn tiền kiếp" trên má, tạo nên nét duyên đằm thắm của một thiếu nữ nhà quê. Thỉnh thoảng vào giờ giải lao, Nguyên và Bích Liên hay nói chuyện với nhau ở hè xưởng, hay trong giờ ăn trưa hai đứa rủ nhau cùng đi ăn. Bích Liên kể với hắn về quê nhà, về gia đình và những tháng ngày cô về làm việc ở đây.

Một hôm, Bích Liên rủ hắn về quê chơi. Nguyên cũng muốn đổi gió sau những ngày tháng bận rộn, nên dành cả buổi chiều hôm trước để sửa chữa chiếc xe đạp cà tàng của mình, siết lại côn, cho mỡ vào trục bánh xe trước, bánh xe sau, trục giữa, thâu lại sên và không quên kiểm tra lại cái bơm, sẽ nang theo phòng sự cố bất thường ở giữa đường.

Sáng hôm sau, vào ngày Chúa nhật, Nguyên đèo cô lên

đường. Từ đây đến quê nhà Bích Liên ước chừng hơn sáu mươi cây số, đường sá khi qua khỏi thành phố đầy ổ gà, ổ voi. Thỉnh thoảng có một vũng nước lớn, chẳng biết chọn bên nào cạn để qua, đành chờ có xe đò nào đó đi qua để biết chừng mà dò đường. Những chiếc xe Renaul chạy bằng xăng, giờ đây đã được "cải tiến" chạy bằng hơi nước. Người ta gắn một cái thùng to tướng chứa nước phía sau xe, đun nước sôi bằng than đá ở dưới đáy thùng để lấy hơi nước. Từ xa, người đi đường nhìn thấy nghi ngút khói lửa chạy theo xe.

Rứa mà tránh trời cũng không khỏi nắng, gặp một hục nước lớn, khi cởi xe đi qua đến giữa chừng, vẫn cấn một hòn đá lớn nằm bên dưới, chiếc xe đổ nhào. Cả hắn và cô mình mẩy lấm lem bùn, đất. Hắn dựng xe lên và tiếp tục đi.

Bích Liên động viên:

- Cố lên anh, gần đến nơi rồi!

Có lẽ vì người đẹp đang ngồi phía sau, hát những bản tình ca đầy da diết, thỉnh thoảng lại động viên, nên hắn chẳng thấy mệt, cứ hì hục đạp. Trước khi về nhà, Bích Liên bảo hắn chở đến suối Tiên. Trước hết là để rửa chiếc xe, lau sạch lại quần áo cho tươm tất và ngắm cảnh thiên nhiên nơi cái suối nổi tiếng là đẹp này. Đến nơi, hắn biết được suối nằm ở phía Tây Nam của một huyện trung du. Khởi phát từ các con suối nhỏ trên những dãy núi cao chảy xuống rồi hợp lại. Hai bên bờ nhiều cây mây, cây dương xỉ và một số loài cây khác mọc um tùm. Những cây chuối rừng, cây tra… trổ hoa vươn lên trên nền lá, lấm tấm màu đỏ huyết, màu vàng rơm trông thật đẹp mắt.

Dưới chân ghềnh, nước chảy đá mòn, đất bị xói lở cuốn trôi theo dòng nước, tạo thành một cái hồ dài và sâu, qua bao mùa nước không bao giờ cạn. Từ trên thác xa, qua nhiều ghềnh đá, nước chảy xuống, lượn lờ quanh co một khoảng dài chừng hai ba cây số, đổ xuống hồ, tưới cho một vùng ruộng đồng bên dưới. Chung quanh hồ là những tảng đá lớn nhỏ xen kẻ nhau với nhiều hình dáng kỳ dị, chạy dọc theo suối chập chùng, chen chúc cây xanh. Âm thanh của thác vang lên từ xa, va vào các vách đá của núi rừng vọng lại, chen lẫn tiếng cu gù, chim hót, tiếng hoẳng kêu, vượn hú tạo nên một bản nhạc đại ngàn mênh mang, đầy mê hoặc. Đứng trước không gian thâm u, hùng vĩ, nhiều sắc màu, nhiều thanh âm của thiên nhiên, hắn có cái cảm giác như mình lạc vào một chốn thiên thai.

Bích Liên nói:

- Thường thì buổi chiều mùa này ở đây hay mưa, không đến chơi được thì tiếc lắm.

Nguyên hỏi:

- Tại sao gọi là suối Tiên?

- Ngày xửa, ngày xưa những nàng Tiên giáng trần, sau khi chu du khắp vùng đã chọn cái suối này để tắm. Các nàng Tiên đã say mê vẫy vùng với nước mát trong ngần và ngắm cảnh đẹp mà quên chú ý đến lũ trai làng đang đứng trên đầu suối, trèo lên các cây cổ thụ và nấp vào những tán lá, đưa những cặp mắt tinh nghịch nhìn đăm đắm các nàng trong thỏa thích. Cho đến khi một nàng ngẩng đầu lên biết chuyện, í ới gọi nhau, các nàng Tiên mắc cở bay về trời, bỏ lại cả xiêm y. Kể từ đó các nàng Tiên không còn dám bén mãng tới đây, để lũ trai làng cứ ngẩn ngơ, chờ mong và nuối tiếc... Họ đặt tên suối là Suối Tiên kể từ đó.

Bích Liên chỉ về phía một tảng đá lớn với nhiều vết lõm xuống, trông gần giống dấu chân người:

- Những dấu chân đó là dấu chân Tiên, còn vết dài dài ở mặt ghành phía trên kia là dấu dây lưng của những nàng Tiên phơi khi tắm.

Nguyên lắc đầu không đồng ý:

- Hôm nay lại có một nàng Tiên trở lại trần gian!

Cô hiểu ý, mỉm cười:

- Không dám đâu!

Bích Liên nhảy từ tảng đá này sang tảng đá khác như con sóc. Chắc cô đã đến đây chơi nhiều lần rồi nên mới quen thuộc. Trời đã qua cơn mưa nên tích nước từ đầu nguồn, nước chảy mạnh, Bích Liên vẫn nhảy từ tảng đá này sang tảng đá khác, miệng vui sướng cười vang như đã lâu rồi mới ra thăm suối và cũng thể hiện cái nhanh nhẹn và thành thạo của mình. Cho đến khi bàn chân chạm phải một tảng đá bám đầy rêu xanh, trượt chân rơi ùm xuống nước, bị dòng nước cuốn đi ngay, người chìm xuống chỉ còn hai tay đưa lên mặt nước huơ huơ cầu cứu…

Hoảng quá, Nguyên nhanh chóng nhào xuống dòng nước, bơi sãi nhanh về phía Bích Liên, đến sát người cô, hắn lật người bơi ngửa, dùng ngực để đỡ đầu cô trồi lên mặt nước, hai tay xốc dưới nách, để cô nằm sãi với tư thế thoải mái. Hai chân hắn đạp kiểu nhái liên hồi, bơi đưa nạn nhân vào bờ, miệng la lớn:

- Đừng ôm vào người anh, không bơi được, chết cả hai bây giờ!

Nguyên sinh ra và lớn lên ở một vùng sông nước, nên bơi lội là chuyện thường ngày, mải miết trên dòng sông Thu Bồn cùng lũ bạn với trò ngụp lặn, nên đây là dịp để hắn thi thố. Bích Liên trôi một đoạn thì bị vướng cành tre mắc vào hốc đá, chiếc quần dài bị giữ lại, chỉ còn độc chiếc silip, cái áo vải katê mỏng manh cũng bị xé toạt…

Hắn đưa cô vào bờ xong, nắm hai cẳng chân đặt lên vai, chốc đầu cô ngược xuống dưới đất để xốc vài ba cái cho nước trào ra. Xong, đặt cô lên một phiến đá lớn, nằm dọc theo chiều dốc rồi thổi ngạt qua miệng. Trong tư thế quỳ mặt đối mặt, hắn kéo đầu cô về phía sau để cho miệng cô mở ra. Hắn lấy sức hít hơi vào đầy lồng ngực, đoạn há miệng rộng rồi áp sát vào miệng cô, thổi một hơi thật mạnh, cứ thế, cho đến khi thấy lồng ngực cô phồng lên, xẹp xuống…

Sau đó, hắn nghiêng đầu, áp tai vào ngực cô lắng tai nghe hơi thở. Theo nhịp trái tim, ngực phồng lên, xẹp xuống theo hơi thở nhè nhẹ… Hắn dùng mồm hút nước trong mũi, trong miệng ra, rồi tiếp tục hô hấp nhân tạo. Theo hắn ngĩ, chắc nước vẫn chưa trào ra hết.

Nguyên sực nhớ tới bí quyết của các cụ trong làng quê hắn truyền lại để cứu người bị chết đuối. Bí quá, xưa bày nay bắt chước, bằng mọi cách hắn phải cứu lấy cô. Nguyên lần vào quần xà lỏn của mình và bứt ra một sợi… đem ngoáy ngoáy vào mũi Bích Liên. Quả nhiên, cô khịt ra một tiếng, nước tiếp tục trào ra. Hắn tiếp tục hút, tiếp tục hô hấp nhân tạo… cho đến khi biết chắc là cô đã thở được bình thường mới thôi, nhưng sự hoảng hốt còn đọng lại, làm cho khuôn mặt cô vẫn còn xanh xao.

Trời chuyển về chiều, cơn nắng nóng buổi trưa đứng bóng đã qua, những áng mây lã lướt bay về núi, dường như chúng cố ôm lấy những tia nắng yếu ớt cuối ngày còn đọng lại nơi suối Tiên. Giờ đây, chỉ còn lại tiếng nhạc đại ngàn, hắn và Bích Liên trong cái không gian chiều mong manh, hư ảo, hữu tình. Hắn được trời thương, thưởng cho, như một thằng trong lũ trai làng ngày xưa…

Ngược với vẻ dịu dàng, kín đáo lúc bình thường, giờ đây thân thể cô lõa lồ với những đường cong gợi cảm đang hiện ra sờ sờ trước mắt hắn. Làn da em trắng nõn nà và mịn màng, mà trước đây, hắn chỉ được nhìn ở những phần không che đậy bởi áo quần, bị rám nắng, nên có màu nâu nhạt. Hắn liều lĩnh sờ tay vào làn da mát rười rượi, như có một luồng điện chạy rần rần từ bàn tay lên đầu và lan tỏa khắp người khi chạm tới cặp nhũ hoa của em nhô cao, căng tròn và tràn đầy nhựa sống.

Hắn muốn đưa tay mân mê mơn mang hai bầu vú trắng phơn phớt hồng như hai trái tuyết lê, trên đầu là hai cái núm xinh xinh nho nhỏ, lúc thì giãn ra, khi thì xoăn lại... nhưng vốn tính nhát gái vì trong đời chưa lần nào…. Lại nghĩ, chẳng nỡ lòng nào. Cặp giò của em vừa thon lại vừa dài, hai cái đùi non tròn lẳn, trắng muốt trông rất gợi tình. Em như một nàng Tiên tắm xong lên bờ nằm hong nắng, trong câu chuyện kể về con suối Tiên, để hắn ngỡ ngàng, đam mê và khát khao…

Hắn chuẩn bị cởi bộ quần áo của mình để thay vào cho cô khỏi lạnh, nhưng nhìn lại áo quần của mình cũng ướt như chuột lột, vì không kịp cởi ra, hắn đã nhào xuống suối, đành thôi. Bích Liên cựa mình tỉnh lại khi hắn chưa kịp quay đi chỗ khác.

Cô nhìn vào mắt hắn, bốn con mắt gặp nhau đã nói lên tất cả… Lúc bấy giờ hắn như một thằng ăn trộm bị bắt quả tang! Bích Liên nhìn lại mình, sực nhớ mọi việc đã xảy ra.

Cô khoanh tay che bộ ngực đang phập phồng theo nhịp thở và quay lưng lại phía Nguyên, cất tiếng:

- Thôi đủ rồi, đừng nhìn em nữa, em nhảy lại xuống suối đó! Hắn hoàn hồn, cởi quần áo bên ngoài của mình lia lại cho cô:

- Bận tạm vào đi, chỉ nhà của em, anh vào lấy áo quần ra cho mà mặc. Bích Liên bất đắt dĩ phải bận bộ đồ đã ướt của hắn để che thân.

Theo lời cô chỉ dẫn, hắn bươn bả đạp chiếc xe cà rịch, cà tàng tìm đến nhà, kể rõ sự tình với mẹ cô và nhờ bà đưa bộ quần áo để hắn mang ra suối.

Bà bảo:

- Nhà bác có mình nó là con gái, nếu có mệnh hệ nào thì chắc bác không sống nổi, cháu là ân nhân của gia đình nhà bác!

Nguyên thầm nghĩ trong bụng mà không dám nói ra, hắn phải là người cảm ơn bác đã sinh ra cô, để hắn được may mắn, có cơ duyên lạc bước vào vườn địa đàng. Hắn mang quần áo vọt lên xe, phóng nhanh ra suối đưa cho cô.

Nguyên nghĩ lại, thật hú hồn, hú vía nếu hắn không biết bơi, không nhanh chóng lao xuống nước kịp thời, không có kiến thức và kinh nghiệm mà sông nước quê nhà đã dạy, thì cô đã bị thủy thần mang đi. Hắn biết giải thích như thế nào đây với mọi người? Quan trọng hơn là những tình cảm mến yêu say đắm mà hắn đã dành cho cô, sẽ làm hắn dằn vặt, khổ đau đến nhường nào…

Sau khi vào lùm cây thay quần áo xong, mặt Bích Liên ửng hồng vì mắc cỡ. Nguyên đánh trống lảng:

- Thôi, mình về!

Hắn đèo em về nhà trên con đường ngoằn ngoèo dẫn vào trong xóm nhỏ mà đầu óc thì suy nghĩ mông lung…

Sau bữa ăn cơm trưa muộn, hắn ở lại nhà Bích Liên chơi cho đến chiều tối, cô vẫn còn thấy mệt nên ngủ một giất sâu.

Nguyên ra vườn rồi đi loanh quanh trong xóm nhỏ. Đây là một ngôi làng ở miềm trung du, khi chiều buông xuống chân đồi, cái nắng bị phản chiếu bởi những ngọn núi đã sạt lở chỉ còn những vách đá chênh vênh, tạo nên những ráng màu rạng rỡ, đỏ chen với vàng nơi cuối chân trời.

Nhìn về phía đối diện là một cánh đồi thấp hơn. Nơi đây những thửa ruộng bậc thang nhấp nhô theo sườn núi, cây cối mọc um tùm. Ngoài những loại cây ăn quả, cây cỏ dược liệu thông thường, còn lại Nguyên cũng không biết hết…

Rất tiếc, nếu Bích Liên khỏe, hắn sẽ cùng cô dạo quanh làng đêm nay. Bù lại, ở nhà, hắn và Bích Liên thức đến tận khuya trên cái chõng tre cũ kỹ bên hiên nhà. Trời tối đen như mực, tiếng côn trùng, tiếng ếch nhái ra rả kêu trong không gian yên tĩnh và đầy lãng mạn…

Bây giờ, đã qua cơn nguy hiểm, cả hắn và cô cảm thấy nguồn hạnh phúc tràn dâng, không như ban chiều ở ngoài suối. Trên cái chỏng tre, hắn và cô hứng tình cựa quậy mỗi lúc càng mạnh mẽ...

Khi đã mặn nồng ân ái, cả hai không còn ý thức để không gây ra tiếng động mạnh. Những tiếng thở dốc đan xen, tiếng cọt kẹt phát ra khi cái cái chỏng tre bị oằn mình qua lại. Đến lúc nó không còn chịu đựng được nữa, hai cái chân trước đã bị gãy khuỵu xuống, làm hai đứa bị ngã lăn kềnh xuống đất.

Đến lúc này thì mẹ cô không chịu đựng được nữa, bà lên tiếng:

- Hai đứa vào nhà ngủ để giữ gìn sức khỏe!

Hắn và cô mới chịu vào nhà.

Khi những tiếng gà xung quanh thi nhau gáy, hừng đông vừa ló dạng, bầu trời sáng lên một gam màu đỏ nhạt với ngôi làng nằm trọn trong thung lũng. Chỉ mình hắn với chiếc xe đạp cà rịch, cà tàng về lại nhà máy. Bích Liên còn mệt nên sẽ nghỉ thêm vài ngày nữa, hắn phải về xin phép cho cô.

Cũng con đường này, mới hôm qua đây, trên xe còn đèo thêm một người nữa mà sao hôm nay trở lại, hắn thấy dài hơn, người lại uể oải hơn…

HUỲNH VIẾT TƯ

Danh ngôn:

Đừng bao giờ nhầm lẫn chuyển động là hành động.

Never confuse movement with action.

Ernest Hemingway

(1899 - 1961) Tiểu thuyết gia, nhà văn truyện ngắn, nhà báo người Mỹ, đạt giải Pulitzer năm 1953 và giải Nobel Văn học năm 1954

PHAN TƯỜNG NIỆM
TÔI VỀ TRẢ LẠI TRĂNG THƠ

Tôi chở trăng thơ về bến đợi
Thả hồn đáy nước bến sông xưa
Đò khuya lơ lửng trăng và nước
Em gái tôi ơi ! chớ giận hờn .

Tôi chở thơ tình về bến cũ
Trả em năm tháng đã tiêu hao
Đợi dòng mạch lạc lời âu yếm
Tôi mõi cánh bay - dặm ngút ngàn .

Tôi chở thơ tôi về trả lại
Em lời mật ngọt - thuở yêu thương
Nửa đời tôi để trăng thơ lạnh
Chìm xuống dòng sâu - đáy đại dương

Tôi chở trăng thơ về Thị Nại
Trả em ngày cũ tuổi tròn mơ
Em ngồi nhìn ánh trăng đêm mộng
Một chút ru tình tôi nhả thơ

Trăng thơ - tôi trả em

rồi đó !
Trả cả hồn tôi đã dại khờ
Ngày xưa tôi để trăng thơ lạnh
Em bước theo chồng - tôi ngẩn ngơ .

PHAN TƯỜNG NIỆM

QUẢNG XUÂN
CHÙM THƠ HAIKU

Đêm khuya
Xa lộ mênh mông
Chiếc xe hút vào khoảng không .

Cây phong đổi màu
Gió đưa nhè nhẹ
Lá rơi

Ban mai tia nắng
Chú bướm lay cành
Nụ hoa mỉm cười .

Đêm đen lui dần
Mặt trời ló dạng
Mọi vật rõ ràng .

Mẫu đơn tỏa sắc
Hương thơm ngào ngạt
Chứa những tàn phai .

Ngã xuống
Ngồi dậy… đứng lên
Bước tới…bước tới .

QUẢNG XUÂN
May 28th September 14th - 2024 U S

LÊ VĂN HIẾU

Ở TRỌ

Ta và thơ cùng trọ xứ người
Như chim thiên di tìm nơi cư trú
Trong nụ cười thơ cớ gì khắc khoải
Chạm vào ta,gợi gọt đến đau lòng.
Ta bấu vào thơ,bay đến trời xanh
Câu thơ buồn vui,câu thơ quen lạ.
Ta dựng ngôi nhà thơ thành căn gác trọ
Chờ ai ghé qua,ta tìm kiếm bóng mình.
Những gã lãng du,những kẻ si tình.
Những vua lưu linh trọ vào cốc rượu.
Bầu và túi,trọ vào hồn thi sĩ
Để đêm mơ trọ cùng với mây trời.
Ta và thơ cùng trọ xứ người
Bạn bè quanh đây lại trọ về quê xứ khác.
Đi và đi,và đi mải miết
Hiện hữu một kiếp người còn trọ cõi xa xa…

HẠT CƯỜM

Ta sẽ nhặt hạt cườm long lanh trên đôi má ngày xưa
Xâu thành chuỗi
Quàng lên cổ suốt đời.
Có một sớm mai.
Ta hốt hoảng nhìn những hạt cườm vung vãi
Khi bắt gặp giọt sương
Đọng dày trên lá cỏ
Nõn xanh cướp của ta chăng?
Mù mây trộm của ta chăng?
Đêm qua cơn mưa rây tình ru nhẹ.
Sớm nay lưỡi gió ngọt ngào còn mím miệng.
Những hạt cườm ngoài kia là của ai.
Sao không kết thành chuỗi.
Ta một gã si tình gàn gỡ.
Luôn mân mê những hạt nước không màu.

LÊ VĂN HIẾU

HÀ VŨ GIANG CHÂU
THỜI GIAN VÀ TÔI

Tôi nhìn
Ký ức thời gian
Nghe trong nỗi nhớ, ngập tràn tháng năm
Thời gian quá khứ
Xa xăm
Thời gian hiện tại
Thì thầm buông lơi
Thời gian là của một đời
Tương lai tìm đến
Rối bời miêng mang
Tôi đi về phía hanh vàng
Phiêu du ngày tháng buộc ràng tử sinh
Tranh đua với những cuộc tình
Thời gian qua
Với đời mình rong chơi
Thời gian sinh hạ
Ra tôi
Tôi-thời gian đã sánh đôi đồng hành
Dòng đời phiền muộn
Vây quanh
Nghĩ là số phận cũng đành lặng im
Giấc mơ xưa cứ đi tìm
Bụi thời gian xoá
Nỗi niềm trong tôi
Qua hai thế kỷ dần trôi
Tôi - thời gian
Vẫn cứ ngồi trầm tư
Ngộ ra từ phía chân như
Mới hay biến ảo thực hư đời thường
Cuộc đời trổi nhịp bên hương
Thời gian
Là những đêm trường mênh mông
Cuối cùng về phía mưa đông
Thời gian
Trôi mãi vẫn không thấy bờ....

HÀ VŨ GIANG CHÂU

HỒ XOA

Tình khúc bến mưa

Chiều lại về Bàn thạch
Chỉ còn tên
Đò không bến, không người
Thắp hương trên mộ mình
Tình cũ

Đường, cầu, nhà, miếu mộ...
Hỗn mang và mới, mới...
Mới trên mắt, môi người
Trên những nụ cười đã cũ
Gương dòng sông đã bong tróc lớp nền soi

Mưa vẫn êm đềm một khúc ru sông
Tình tịnh độ
Ai gọi mười phương chư Phật
Chìm trong thăm thẳm nỗi đau người
Bao nhiêu năm, tình vẫn cũ

Mưa
Không rửa được rêu phong đình miếu cũ
Lạnh lùng sư tử đá nhe răng

HỒ XOA

NGUYỄN MINH QUÝ
Áo ngày xưa

Vạt áo nào bay...
Đã khuya rồi
Đêm về. Tháng chín nỗi xa xôi
Nghe em từ đó muôn trùng gọi
Một chút trăng vàng cũng lẻ đôi

Vì sao nào lạc
Đôi mắt đó
Tháng chín một trời mây tương tư
Có phải vì thu mà đời muộn
Tiếng chim mùa cũ lạc sa mù

Lòng vẫn mơ hồ đêm áo trắng
Nhớ, quên... rồi nước cũng qua cầu
Đường về nắng chết không ai đợi
Những mùa lá rụng tiển đưa nhau

NGUYỄN MINH QUÝ
(Đà Nẵng)

HÀ HUY HOÀNG
BÀI THƠ VỀ CHIẾC ÁO SƠ MI

Thương yêu tặng các con của cha: Vy, Đạt, Trâm, Cường, Diệu

Hăm lăm năm cha sinh sống bằng nghề thợ may
Chiếc áo sơ mi cũng vừa tròm trèm ba lăm năm tuổi
Bởi vài ba năm cha chỉ mặc tầm năm, ba buổi:
Ngày nhận trà hoặc nói trà, đám hỏi, tân hôn...

Thể như chiếc áo này chỉ làm đúng "sứ mệnh'",
"chuyên môn"
Công việc xong, cha giặt giũ thơm tho cất vào ngăn tủ
Cả bốn đứa con, áo "chứng nhân" đầy đủ
Chỉ còn mỗi gái út nữa thôi là áo làm xong "nhiệm vụ"
cuối cùng

Sấp vải này cha mua tại chợ Cung
(Vải được mua từ nhuận bút, một trong những bài thơ lần
đầu cha đăng báo)
Và chính tay cha cắt may, nâng niu chiếc áo
Từng mũi chỉ đường kim như một đời cha tập sống thẳng
ngay

Cha yêu công việc vá may như người nông dân yêu đồng ruộng, luống cày
Cây kéo, chiếc máy khâu miệt mài làm ra cơm cháo
Để giờ đây, con ơi, nhiều lúc lòng cha bỗng dưng giông bão
Tự hỏi vì sao cuối cùng chiếc kéo lại rời tay?

Chiếc áo sơ mi này chính cha cắt và may
Cha chỉ mặc trong những ngày "trọng đại"
Từng sợi vải đường kim còn chắc thơm, thơm mãi
Như tấm lòng của cha với các con một đời chẳng thể phôi phai.

HÀ HUY HOÀNG
Xóm Cung, 03/12/2021

Ps: Bài thơ này được viết năm 2021. Năm 2023, con gái út của tôi đã có chồng; thế là chiếc áo sơ mi trắng này đã chứng nhân đầy đủ ngày trọng đại của cả 5 đứa con tôi.

NGƯỜI SÔNG HẬU

NÚI CHẢY

**thương nỗi đau dập vùi từ cơn bão Yagi*

Núi chảy! Núi chảy!
Nằm mơ tôi cũng nghe núi chảy
Một trận cuồng phong lũ quét xuyên rừng
Đêm hoàn lưu bão mưa
Trút nước mênh mông
Núi nhão thành bùn – cuộn chảy thành sông
Đất trời thất kinh giật mình chuyển động
Lưỡi hái tử thần quét ngang thôn xóm
Lưỡi hái tử thần chiêu hồn người sống

Làng bản nát tan
Không biết ai còn ai mất
Cô lập trùng trùng
Trở lại thuở hồng hoang
Tiếng nấc nghẹn lòng đắng chát tâm can
Đâu cũng đỏ quạch một màu đất chết
Nghe tim mình thắt lại
Nước mắt chảy thành dòng
Ôi! đất nước của tôi
Bao mùa bão dữ.

Núi chảy! Núi chảy!
Nằm mơ tôi cũng thấy núi chảy
Dưới lớp bùn kia dân làng tôi đấy
Không một nén hương không một nấm mồ
Trường học không còn đâu mắt em thơ
Trống trường lặng im trong nỗi đau quạnh quẽ
Hoàng hôn đỏ rực cuối chân trời xa ngái
Mây cuộn trên đầu thành vành tang trắng
Biết tựa vào đâu hơi ấm tình thân

Biết tựa vào đâu tấm lòng nhân nghĩa
Thêm những đêm không ngủ
Xao xác ngọn gió rừng quét ngang làng Nủ
Thương đất nước mình
Gánh bao mùa giông bão
Cơn bão nầy đi lại thêm cơn bão mới
Thương đất nước mình
Bão tố vẫn vùi dập triền miên
Thương đất nước mình
Nỗi đau nầy ai đó đừng quên
Đã từng có một thời
Núi chảy!

NGƯỜI SÔNG HẬU
30/9/2024

TÔN NỮ MỸ HẠNH
NHỮNG CHIẾC LÁ THU XANH

Ai bảo mùa thu không có màu xanh
Trong mắt em
Và trong tim chúng mình anh nhỉ
Khi ngọn gió dịu dàng buổi sớm
Quét ngang cây bàng đầu ngõ
Lao xao từng chiếc lá
Lời hẹn hò trong xanh màu ngọc bích
Làm lòng em ngất ngây.

Giọt sương đêm chợt giật mình thức giấc
Chào đón tia nắng đầu tiên
Hừng lên từ phía chân trời xa ngái
Lấp lánh nỗi buồn tinh khôi
Thời gian có lẽ dừng lại
Đời người hồn nhiên như giấc ngủ trẻ thơ
Một sáng chợt già
Khi ngọn lửa đam mê đã tắt.

Ôi những phiến lá thu màu xanh
Chảy tràn dòng nhựa trắng
Mang theo nhiều khát vọng
Một thời tuổi trẻ hồn nhiên cùng cây cỏ quê mùa
Có bao giờ trở lại
Ngày ấy tóc mình hãy còn xanh
Đi trên con đường đầy cỏ dại
Ươm giấc mơ thiên thần
Trên những chiếc lá thu xanh.

TÔN NỮ MỸ HẠNH

NGUYỄN AN BÌNH
KHOẢNH KHẮC ĐẦM Ô LOAN

Có nơi nào
biển xanh màu ngọc bích
trên đèo Quán Cau
cánh chim phượng chập chờn sóng nước
huyền sử nghìn năm về trước
chợt thoáng hiện về.
Ghềnh đá nhấp nhô
sóng vỗ bờ

bãi cát vàng óng ánh
mềm dấu chân lữ khách
Dài theo rừng phi lao xanh ngát?
Lãng đãng cơn mưa nhỏ
xanh Đồng Cháy, Cấm sơn
xanh ruộng mía lao xao cồn bãi
chiều muộn
thuyền chài buông lưới
thoáng khoảnh khắc bình yên
trên đường thiên lý.
Chiều bên cầu An Hải
quán lá bồng bềnh sóng nước
sò thịt ngọt cơm dày
rượu Quán Đế mềm môi
biết cùng ai tri kỷ?

NGUYỄN AN BÌNH

DAN HOÀNG
MÙA THU VỀ QUA CỬA

Và…rồi em cũng sẽ quên anh,
Bởi chẳng thể nhớ hoài một người cũ?
Trăm lá thư cũng bùng theo ngọn lửa,
Bay về trời cùng cát bụi hư vô.

Chẳng lẽ nào những ký ức dật dờ,
Còn sống mãi trong con tim yếu đuối?
Hôm tiễn người dòng sông cơn bão nổi
Quấn quít đôi tà áo cưới ngát hương.

Phố phường xưa giờ đã đổi tên đường,
Căn gác xép giờ đâu còn đó nữa.
Cả khung trời mà ngày xưa hai đứa,
Hẹn hò nhau cũng đã hoá thiên thu.

Tất cả phôi phai. Tất cả lu mờ..
Bạn bè đã nhiều người ra thiên cổ.
Hồng vẫn nở và màu hoa cứ đỏ,
Như mặn nồng của năm tháng yêu nhau?

Tưởng tuyệt tình rồi là hết thương đau,
Tưởng đã xa nhau là chôn dĩ vãng?
Tiếng còi tàu rung rúc đêm về sáng,
Lại chở nỗi buồn về cuộn trong chăn?

Và…rồi em cũng sẽ quên anh,
Hay anh vẫn nhớ người em một thủa?
Sáng nay thấy mùa thu về qua cửa,
Nghe trong lòng như có một trời tang.

DAN HOÀNG
Phố biển, 10/13/24

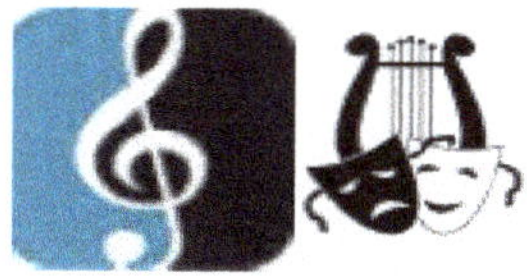

Nguyễn Phan Quang & Ngã Phương Huyền

MỖI KỲ VỚI CA KHÚC MỚI SÁNG TÁC

Thư Tòa soạn

Quí thân hữu và độc giả thân mến...

Đã bao lần có sự đề nghị về việc mở ra một tiết mục quan trọng có liên quan đến lãnh vực văn hóa, nghệ thuật nói chung … đó là: "*Mỗi Kỳ Với Ca Khúc Mới Sáng Tác*" … Nhưng BBT/VHM nhận thấy rằng việc đó mang tính "nhạy cảm", là dễ gây ra những ngộ nhận, không khéo sẽ đưa đến những "mất lòng" nhau một cách khó biện giải trong nội hay ngoại giới!!. Vì thế, chúng tôi đã khép lại những đề nghị như đã nêu trên…

Nhưng lại một lần nữa được mở ra với những đề nghị cũ… do từ một cơ duyên rất "may mắn" là từ những dây mơ rễ má của tình thâm thân hữu, dẫn đến một niềm vui và hạnh phúc khôn tả, đó là được: Nhạc sĩ Từ Công Phụng phổ bài thơ: "Người Muôn Thuở" của tôi thành nhạc, với tên mới " *Gửi Người Muôn Thuở*" (Bài thơ này của tôi nằm ở trang 156-157 trong tập thơ "*Anh Biết, Em Yêu Dấu*" được Nhà sách Tự Lực xuất bản & phát hành năm 2001…

Từ những yếu tố "*kích hoạt*" như kể trên, chúng tôi quyết định thực hiện ngay "*Mỗi Kỳ Với Ca Khúc Mới Sáng Tác*" " bao gồm đăng một, hai sheet nhạc và những bài viết về âm nhạc mang tính nghiên cứu, thảo luận, kể cả những tản mạn đóng góp vào loại hình nghệ thuật dùng âm thanh để diễn đạt, mang nặng tính quần chúng đám đông hơn cả này !! Tiểu mục do **Ngã Phương Huyền phụ trách ...**

Thưa quí thân hữu ...

Thật lòng mà nói rằng, mọi thứ trên đời đều không vượt thuyết tương đối … Việc tương tác thuần tính công tâm, bình đẳng cũng chỉ vững vàng được trong chủ quan đầy niềm tự tin, mới mong mạnh bước với những diễn tiến tốt đẹp, mang niềm vui và hạnh phúc đến với mọi người…

Trân trọng.

* Kỳ thứ **XII** khởi đăng 4 sheet nhạc:

1/ Mồ Côi Mẹ_thơ Lê Huy Trứ_Nhạc Nguyên Hà

2/ Cánh Chuồn Tình Yêu_Thơ & Nhạc Hà Nguyên Du

3/ Đời Là Một Thoáng Mong Manh_Thơ & Nhạc Hà Nguyên Du

4/ Bi Khúc Ngợi Ca_ Thơ & Nhạc_Hà Nguyên Du

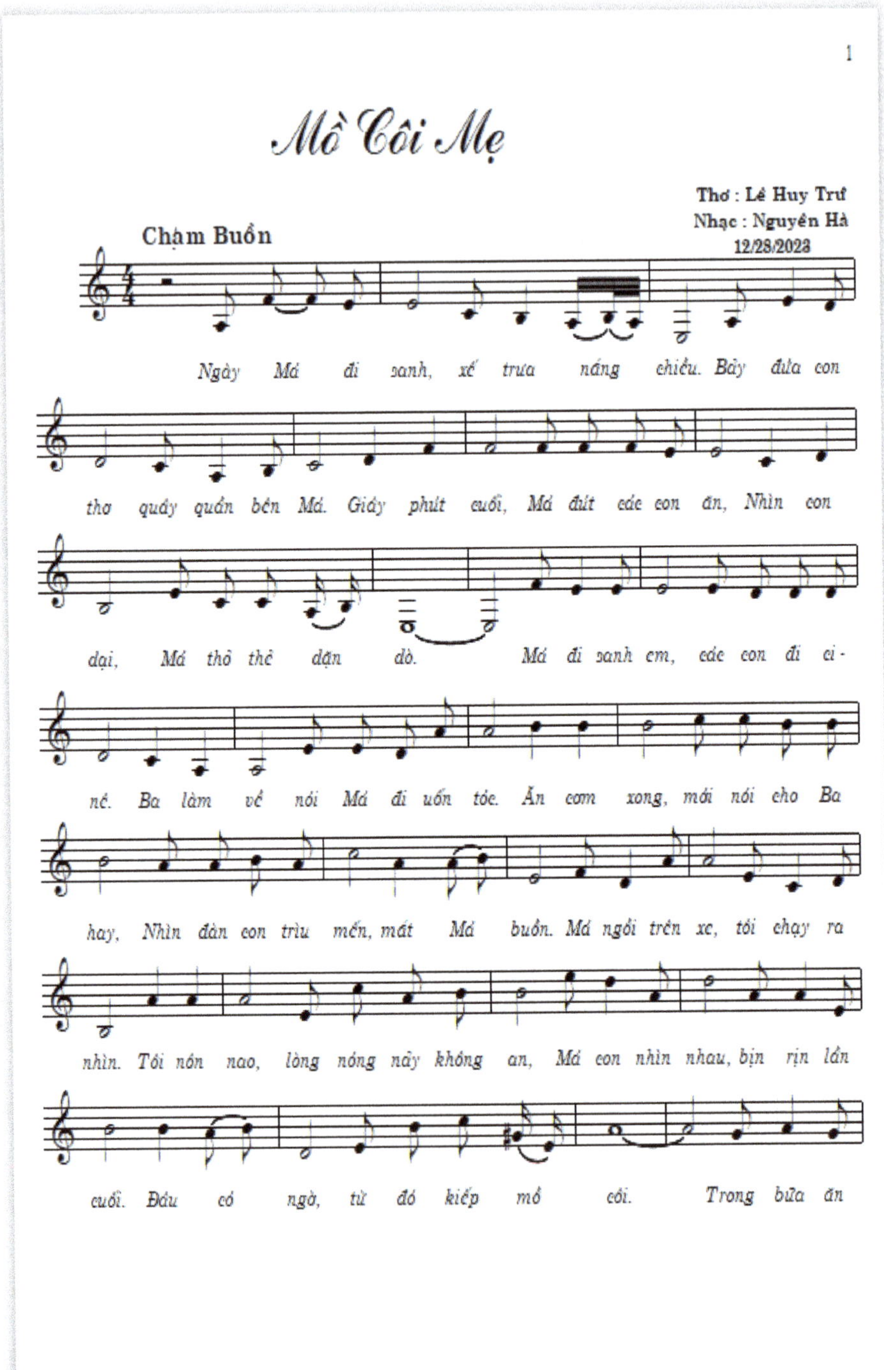
1
Mồ Côi Mẹ
Thơ : Lê Huy Trư
Nhạc : Nguyễn Hà
12/28/2023
Chậm Buồn
Ngày Má đi sanh, xế trưa nắng chiều. Bầy đứa con
thơ quấy quần bên Má. Giây phút cuối, Má dứt các con ăn, Nhìn con
dại, Má thỏ thẻ dặn dò. Má đi sanh em, các con đi ci-
nê. Ba làm về nói Má đi uốn tóc. Ăn cơm xong, mới nói cho Ba
hay, Nhìn đàn con trìu mến, mắt Má buồn. Má ngồi trên xe, tôi chạy ra
nhìn. Tôi nôn nao, lòng nóng nảy không an, Má con nhìn nhau, bịn rịn lần
cuối. Đâu có ngờ, từ đó kiếp mồ côi. Trong bữa ăn

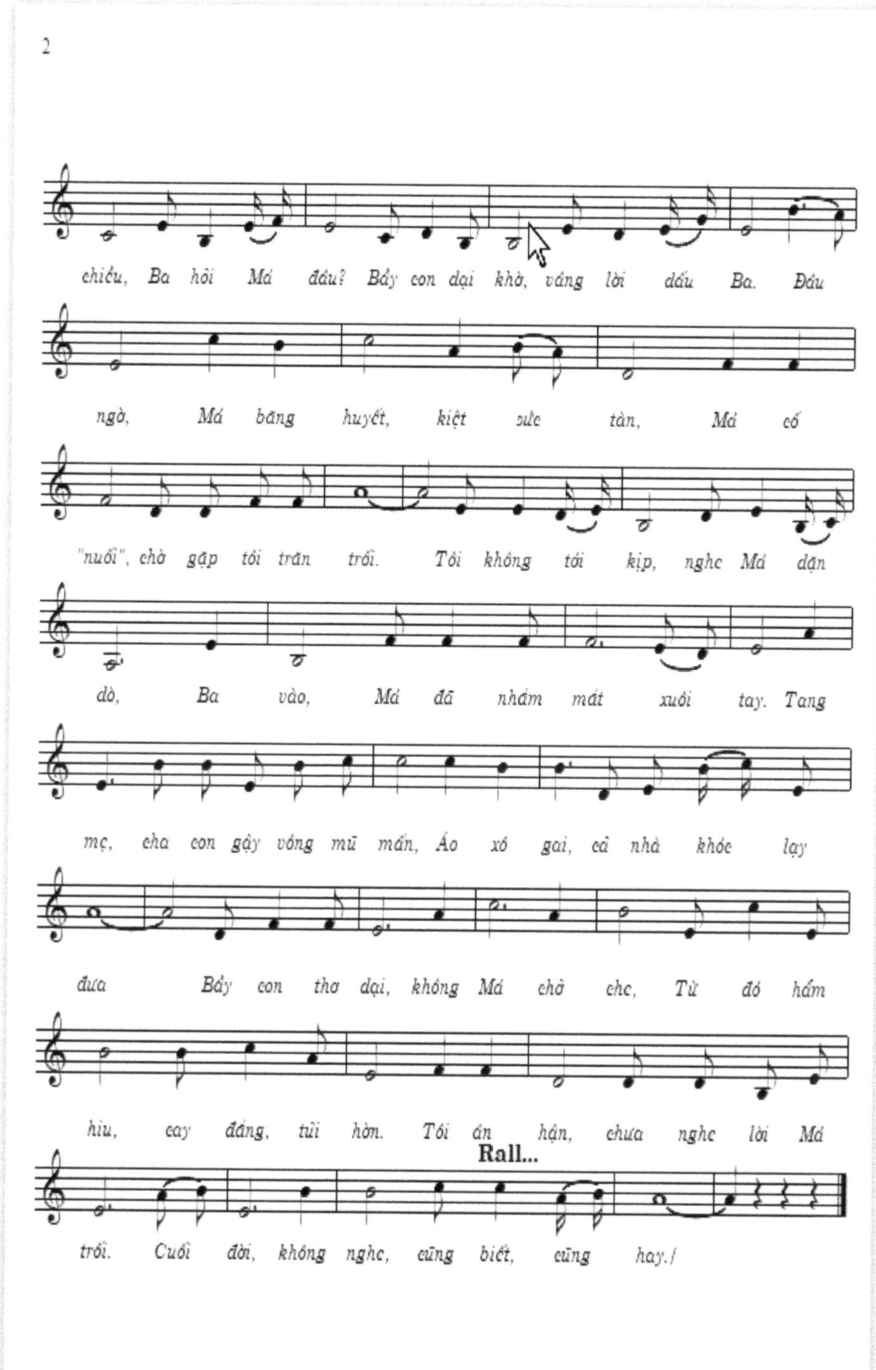
2
chiều, Ba hỏi Má đâu? Bảy con dại khờ, vắng lời dấu Ba. Đâu
ngờ, Má băng huyết, kiệt sức tàn, Má cố
"nuối", chờ gặp tôi trăn trối. Tôi không tới kịp, nghe Má dặn
dò, Ba vào, Má đã nhắm mắt xuôi tay. Tang
mẹ, cha con gậy vông mũ mấn, Áo xô gai, cả nhà khóc lạy
đưa Bảy con thơ dại, không Má chở che, Từ đó hẩm
hiu, cay đắng, tủi hờn. Tôi ân hận, chưa nghe lời Má
Rall...
trối. Cuối đời, không nghe, cũng biết, cũng hay./

CÁNH CHUỒN TÌNH YÊU

Nhạc & Lời : Hà Nguyên Du
October, 3/ 10 - 12 Pm 50

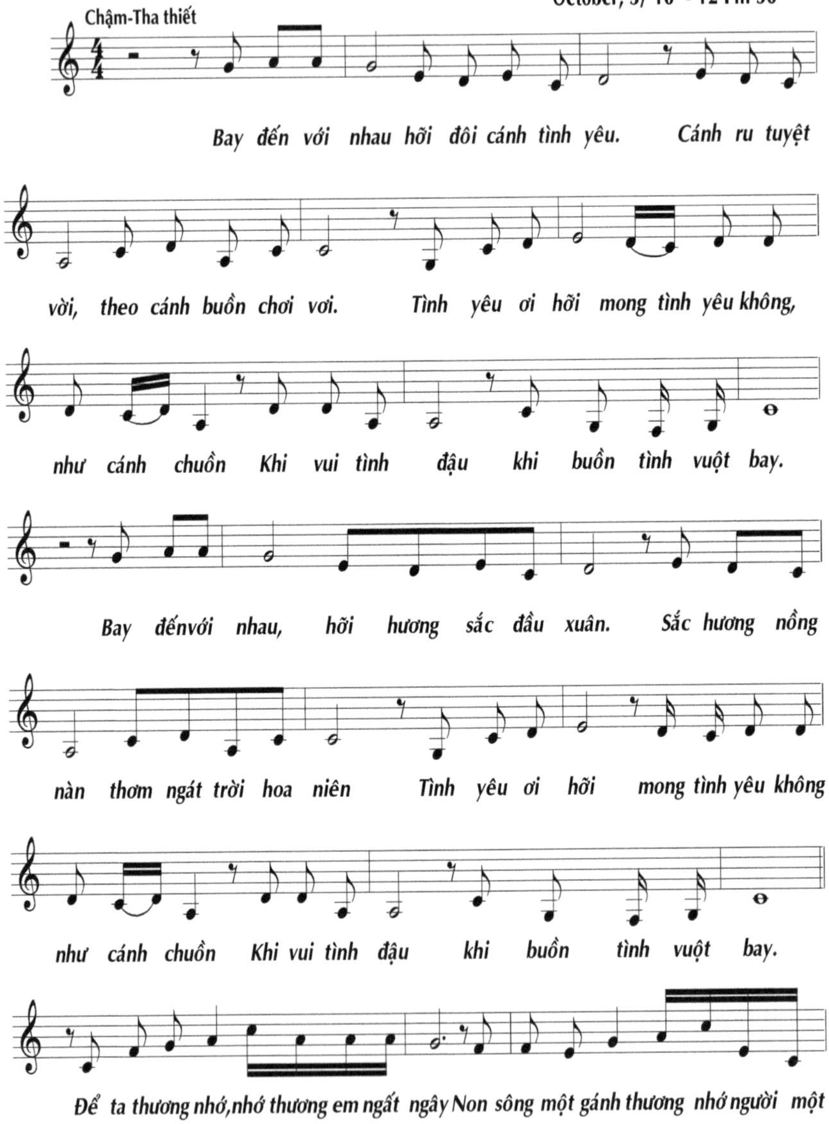

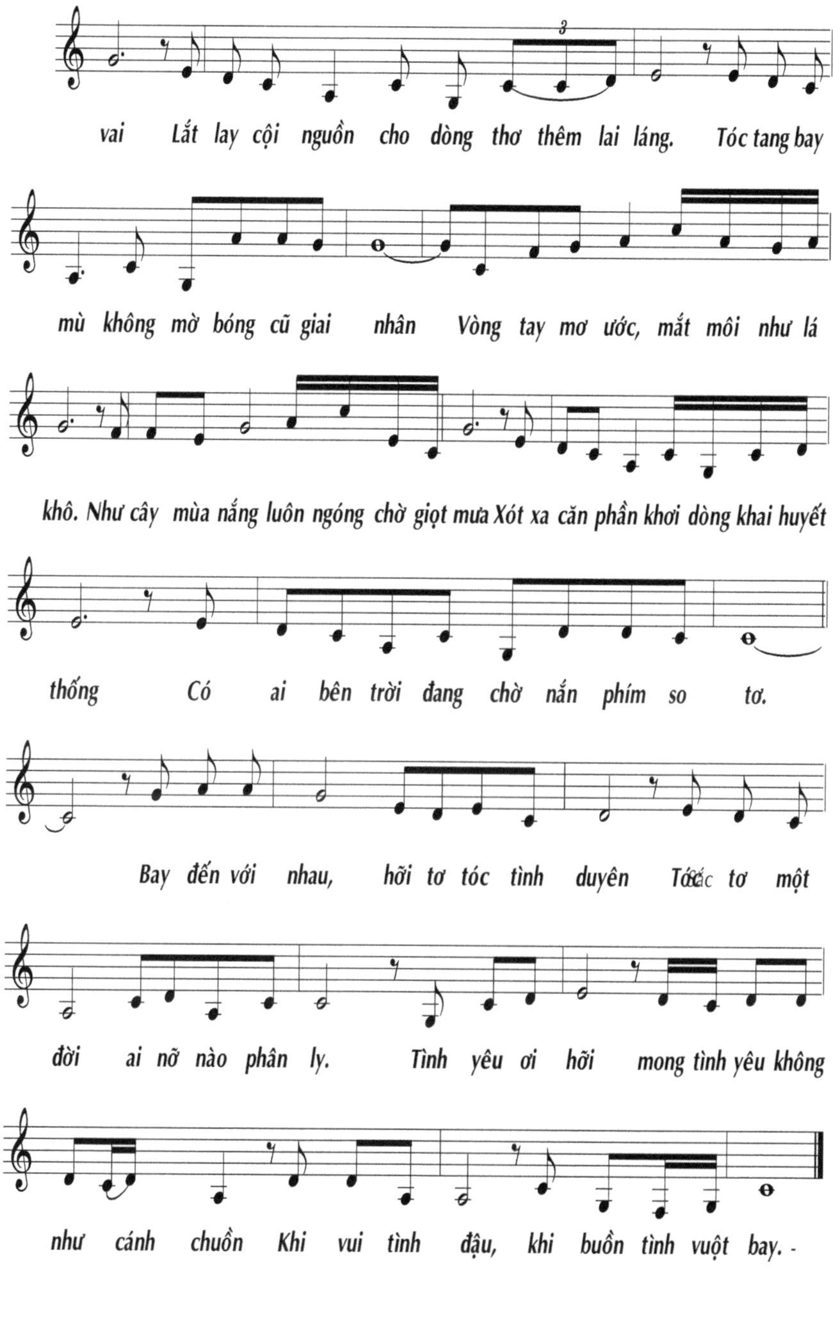
vai Lắt lay cội nguồn cho dòng thơ thêm lai láng. Tóc tang bay
mù không mờ bóng cũ giai nhân Vòng tay mơ ước, mắt môi như lá
khô. Như cây mùa nắng luôn ngóng chờ giọt mưa Xót xa căn phần khơi dòng khai huyết
thống Có ai bên trời đang chờ nắn phím so tơ.
Bay đến với nhau, hỡi tơ tóc tình duyên Tóc tơ một
đời ai nỡ nào phân ly. Tình yêu ơi hỡi mong tình yêu không
như cánh chuồn Khi vui tình đậu, khi buồn tình vuột bay. -

ĐỜI LÀ MỘT THOÁNG MONG MANH

Rumba Surf

NHẠC & LỜI : HÀ NGUYÊN DU

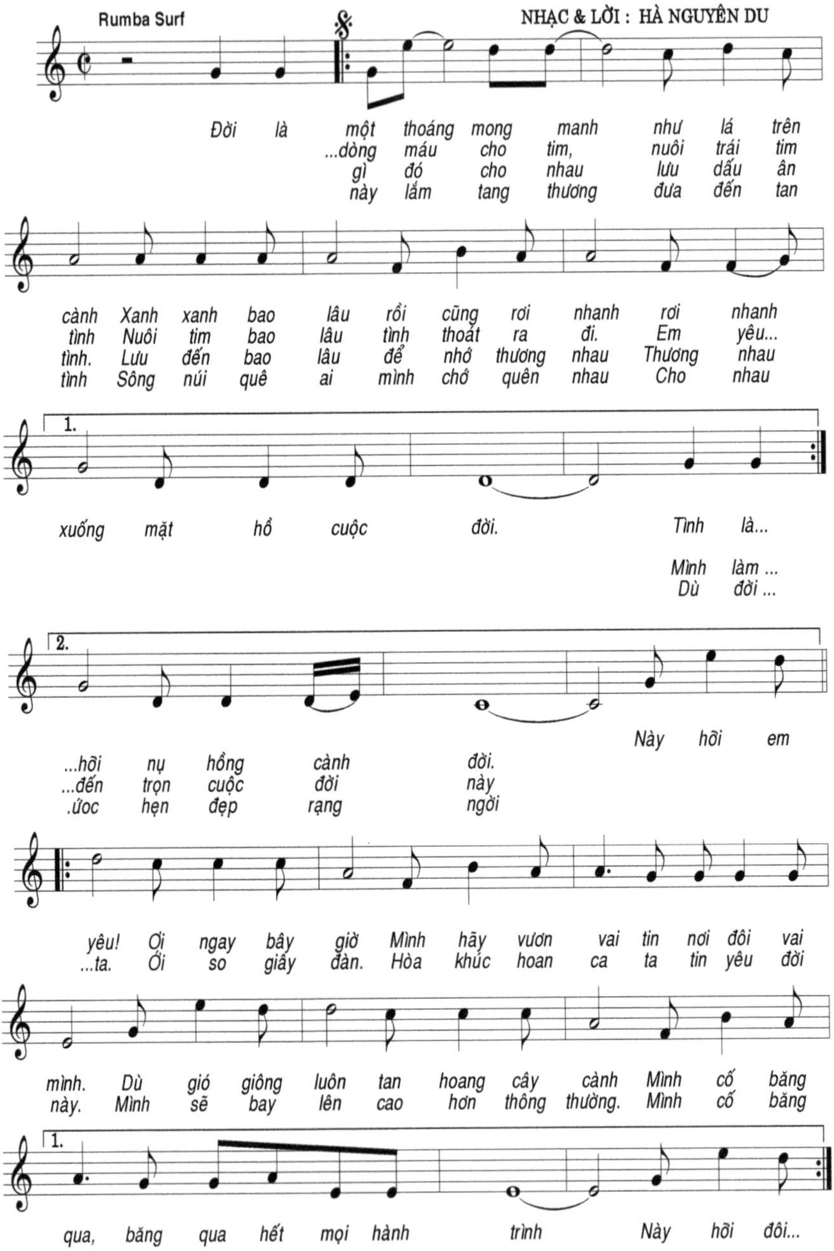

BI KHÚC NGỢI CA

(SONG THÂN)

THƠ & NHẠC
HÀ NGUYÊN DU

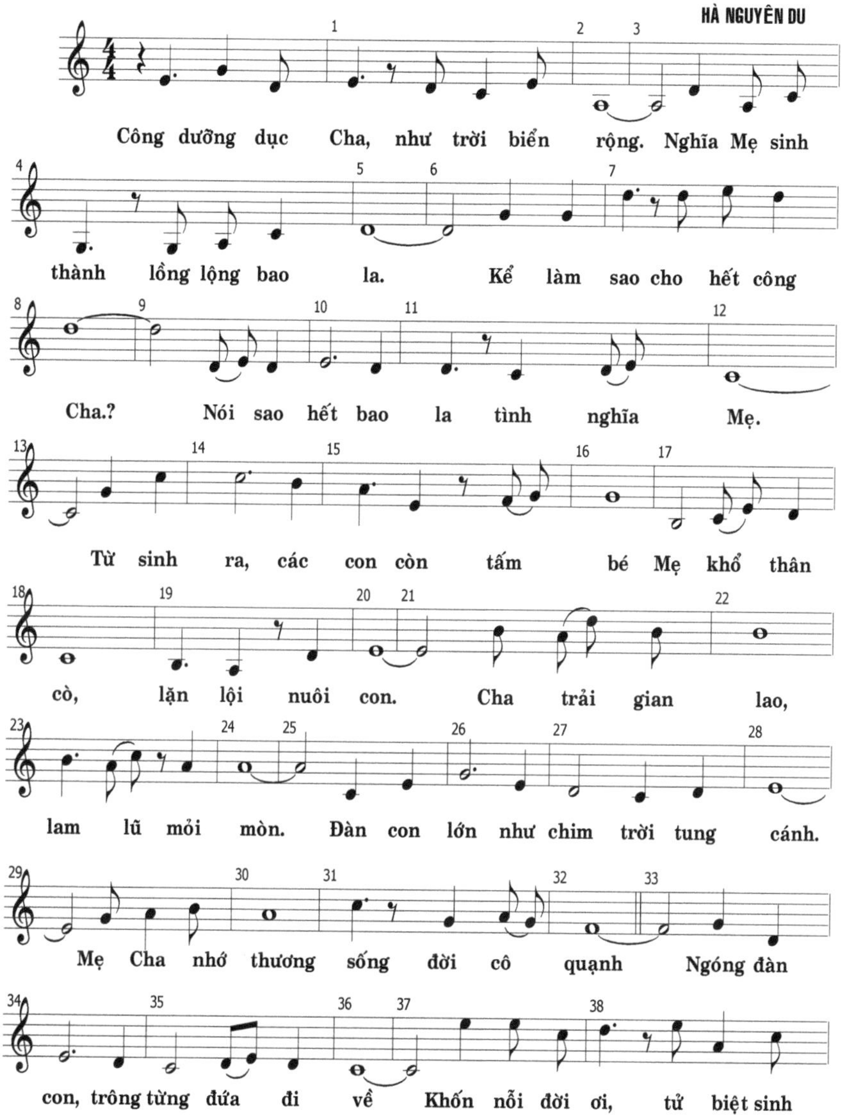

Copyright © 2019 by Hà Nguyên Du. All rights reserved /5.7.19

2

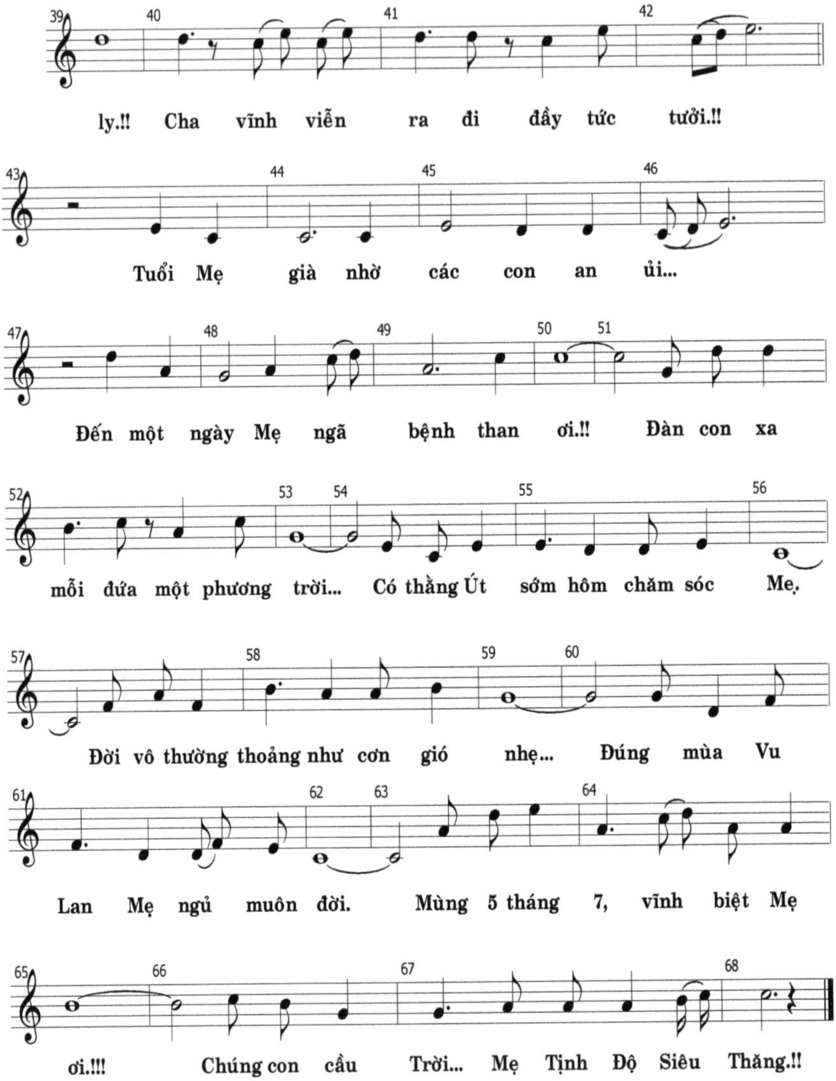

Copyright © 2019 by Hà Nguyên Du. All rights reserved /5.7.19

NHẬT KÝ VĂN HỌC

tạp chí văn học mới

**Giải Nobel Văn chương năm 2024 đã được trao cho nhà văn Hàn Quốc** **Han Kang,** nhờ tác phẩm của bà thể hiện sâu sắc các chấn thương lịch sử và sự mỏng manh của kiếp người. Văn phong của Han Kang, được biết đến với tính thơ mộng và đầy xúc cảm, giúp bà khai thác những vấn đề sâu xa về cuộc sống con người, đặc biệt trong bối cảnh những biến cố lịch sử đầy đau thương.

Trong số các tác phẩm nổi tiếng của bà, *_**The Vegetarian**_* _**(Người Ăn Chay)**_ xuất bản năm 2007, kể câu chuyện về một người phụ nữ quyết định không ăn thịt, tạo ra cuộc đối đầu giữa cá nhân và xã hội, từ đó mở ra những chủ đề về bản sắc và sự kiểm soát. Cuốn tiểu thuyết *Human Acts* (Những Hành Động Nhân Sinh) xuất bản năm 2014 lại tái hiện hậu quả của cuộc nổi dậy Gwangju năm 1980, một biến cố đẫm máu trong lịch sử Hàn Quốc, thông qua những nỗi đau và ký ức còn đọng lại trong tâm hồn con người.

Tác phẩm của **Han Kang** kết hợp hài hòa giữa những câu chuyện cá nhân với các chủ đề xã hội và chính trị rộng lớn, mang đến một giọng văn độc đáo và sâu sắc, chạm tới trái tim người đọc trên toàn thế giới. Sự thừa nhận của giải Nobel càng củng cố thêm tầm ảnh hưởng văn chương quốc tế của bà [oai_citation:1,South Korean Writer Han Kang Wins Nobel Prize in Literature - GreekReporter.com](https://greekreporter.com/2024/10/10/south-korean-writer-wins-nobel-prize-literature/) [oai_citation:2,Korean author Han Kang awarded 2024 Nobel in Literature | ummid.com](https://ummid.com/news/2024/october/10-10-2024/korean-author-han-kang-awarded-2024-nobel-in-literature.html).

***"Giải Nobel 2024:**
Tỏa Sáng Trí Tuệ Toàn Cầu, Từ Nghệ Thuật Đến Khoa Học Công Nghệ"

1. **Giải Nobel Y học.
Được trao cho :
****Victor Ambros* và**
****Gary Ruvkun*,**
 - nhờ những nghiên cứu tiên phong về microRNA – các phân tử nhỏ điều chỉnh biểu hiện gen… Phát hiện này mang lại cái nhìn sâu sắc về quá trình tế bào phức tạp và các bệnh như ung thư, ảnh hưởng lớn đến nghiên cứu y học và phát triển liệu pháp.
2. **Giải Nobel Vật lý*:
- *John J. Hopfield* và
- *Geoffrey Hinton* … đã giành giải nhờ đóng góp quan trọng vào việc tích hợp vật lý thống kê với mạng nơ-ron nhân tạo… Bước đột phá này giúp nhận diện mẫu phức tạp, có vai trò quan trọng đối với sự phát triển của trí tuệ nhân tạo. *Geoffrey Hinton*, thường được gọi là…
- * "Cha đẻ của AI"…
- Hiện đang làm việc cho Google…
- *Đặc biệt nhấn mạnh tác động xã hội của AI … và nhu cầu về trách nhiệm "đạo đức" khi công nghệ này phát triển!!

3. *Giải Nobel Hóa học*:
- Giải thưởng năm nay thuộc về :
- *David Baker*,
- *Demis Hassabis, và**
- *John Jumper*.
- Baker đã tạo ra các protein mới cho ứng dụng y tế, trong khi Hassabis và Jumper (thuộc *Google DeepMind*) phát triển

*AlphaFold *, giải quyết một trong những thách thức lớn nhất của sinh học – dự đoán cấu trúc protein. Phát hiện này hứa hẹn cách mạng hóa quá trình phát triển thuốc và giúp đối phó với nhiều vấn đề môi trường và y tế.

4. *Giải Nobel Văn học*:
***Han Kang*,**

- một nhà văn Hàn Quốc, được vinh danh nhờ những khám phá thơ mộng và cảm xúc về chấn thương, nhân tính và sự ràng buộc của xã hội. Các tác phẩm của cô đề cập đến sự mong manh của cuộc sống, tạo tiếng vang lớn với độc giả toàn cầu nhờ chiều sâu và đổi mới về phong cách!!

5. **Giải Nobel Hòa bình:**
-Trao cho :
***Nihon Hidankyo*,**

- một tổ chức Nhật Bản vận động giải trừ vũ khí hạt nhân. Tổ chức này, bao gồm những người sống sót sau các vụ ném bom Hiroshima và Nagasaki, đã tích cực thúc đẩy hòa bình và nhấn mạnh hậu quả nhân đạo của vũ khí hạt nhân.

- Các thành tựu trên thể hiện sự giao thoa giữa công nghệ, văn học và hoạt động xã hội, và đặc biệt, các cá nhân đoạt giải Nobel trong lĩnh vực:

- **"nghiên cứu AI từ Google "** … đã nhấn mạnh cả tiềm năng và những thách thức đạo đức trong việc phát triển AI [oai_citation:1,Press release: The Nobel Prize in Chemistry 2024

-NobelPrize.org](https://www.nobelprize.org/.../chemistry/2024/press-release/) [oai_citation:2,Nobel Prize 2024: Here's The Full List Of Winners Across All Categories]

-(https://news.abplive.com/.../nobel-prize-2024-here-s-the...).

NHẬT KÝ VĂN HỌC
tạp chí văn học mới

Văn Chương Việt Trong Dòng Chảy Mỹ: Những Tài Năng Gốc Việt sau 1975

“Việtnamese Voises in American Literature. Success Stories of a Pos-1975 Generation”

Sau năm 1975, nhiều nhà văn, nhà thơ gốc Việt, dù di cư sang Mỹ khi còn bé, đã vươn lên trở thành những tên tuổi nổi bật trong làng văn học Mỹ. Một trong những ví dụ điển hình nhất là Ocean Vuong, một Nhà thơ và tiểu thuyết gia được ca ngợi. Sinh ra tại Việt Nam, **Ocean Vuong** đến Mỹ khi mới hai tuổi. Anh đã tạo dựng sự nghiệp với những tác phẩm viết bằng tiếng Anh xuất sắc, đặc biệt là tập thơ *Night Sky with Exit Wounds* và tiểu thuyết *On Earth We're Briefly Gorgeous*. Tác phẩm của Vuong thường khám phá những chủ đề như di sản văn hóa, danh tính, bạo lực, và sự mất mát, qua lăng kính sâu sắc của một người tị nạn gốc Việt [oai_citation:1,Ocean Vuong | Smith College](https://www.smith.edu/people/ocean-vuong).

Không chỉ **Vuong**, nhiều nhà văn gốc Việt khác cũng đã đạt được thành công lớn. Nguyễn Thanh Việt là một trong những người đoạt giải Pulitzer cho tiểu thuyết *The Sympathizer*, một tác phẩm nói về cuộc chiến Việt Nam qua góc nhìn của một gián điệp . Nguyễn Thanh Việt sinh ra ở Việt Nam và đến Mỹ khi còn rất nhỏ, và anh đã dùng văn chương để khai thác sâu vào trải nghiệm của người tị nạn và những vấn đề về chính trị, chiến tranh, và danh tính.

Ngoài ra, nhiều tác giả gốc Việt trẻ khác như lê thi diem thúy, với tiểu thuyết *The Gangster We Are All Looking For*, cũng ghi dấu ấn mạnh mẽ bằng văn phong đậm chất Mỹ nhưng chứa đựng trải nghiệm Việt [oai_citation:2,Book Review: Time is a Mother - DVAN](https://dvan.org/2022/04/ocean-vuong-time-is-a-mother-review/).

Thành công của các nhà văn trẻ gốc Việt không chỉ là niềm tự hào cho cộng đồng người Việt hải ngoại, mà còn là động lực mạnh mẽ để thế hệ mới tiếp tục phát triển văn hóa, sáng tạo trong môi trường quốc tế. Những thành tựu của họ không chỉ phản ánh sự nỗ lực cá nhân mà còn mở ra cánh cửa mới cho sự giao thoa giữa các nền văn hóa.

Những Nhà văn, Nhà thơ Việt Nam Hải Ngoại hiện nay đang đóng góp một phần rất quan trọng cho nền văn học Việt Nam toàn cầu, với nhiều tác phẩm đạt tầm quốc tế. Viet Thanh Nguyen, người đã giành giải Pulitzer cho tiểu thuyết *The Sympathizer*, nổi bật không chỉ qua việc khám phá cuộc chiến Việt Nam mà còn là những vấn đề liên quan đến di sản và bản sắc người Mỹ gốc Việt. Những tác phẩm của ông như *The Sympathizer* và *Nothing Ever Dies* đang được dịch sang tiếng Việt, mặc dù ông cũng gặp nhiều thách thức liên quan đến kiểm duyệt ở Việt Nam. Ông thường sử dụng phương tiện truyền thông xã hội để trao đổi với độc giả ở cả Mỹ và Việt Nam, nêu lên những quan điểm chỉ trích các vấn đề quyền lực, chính trị, và sự hòa giải.

Andrew Lam, một nhà văn và nhà báo khác, đã viết nhiều tác phẩm về vấn đề hòa giải và dân quyền tại Việt Nam. Lam có cái nhìn sắc bén về chính trị và sự thiếu vắng cải cách dân chủ, đặc biệt là sau chuyến thăm của Tổng thống Obama đến Việt Nam, khi ông cho rằng Washington đã bỏ lỡ cơ hội để hỗ trợ phong trào cải cách chính trị tại Việt Nam. Bên cạnh các tác phẩm văn học, ông cũng hoạt động tích cực trong lĩnh vực nhân quyền và chống nạn buôn người.

Aimee Phan cũng là một cái tên đáng chú ý, đặc biệt trong các lĩnh vực văn học và giáo dục. Bà thường tập trung vào những câu chuyện của người di cư và người tị nạn Việt Nam, khám phá những biến đổi trong đời sống và văn hóa của cộng đồng người Việt tại Mỹ.

Những tiếng nói này, cùng với nhiều nhà văn và nghệ sĩ khác, đang tạo ra một dòng chảy văn học độc đáo, không chỉ mở rộng tầm ảnh hưởng của văn học Việt Nam ra thế giới mà còn đóng vai trò cầu nối giữa các thế hệ người Việt ở cả trong nước và hải ngoại [oai_citation:1,Vietnamese-American poets struggle to make their voices heard](https://southeastasiaglobe.com/19600-2-vietnamese-american-poets/) [oai_citation:2,“New Voices in Vietnamese American Literature: A Conversation with Viet Thanh Nguyen, Andrew Lam, and Aimee Phan,” by Aimee Phan | World Literature Today](https://www.worldliteraturetoday.org/2016/september/new-voices-vietnamese-american-literature-conversation-viet-thanh-nguyen-andrew-lam).

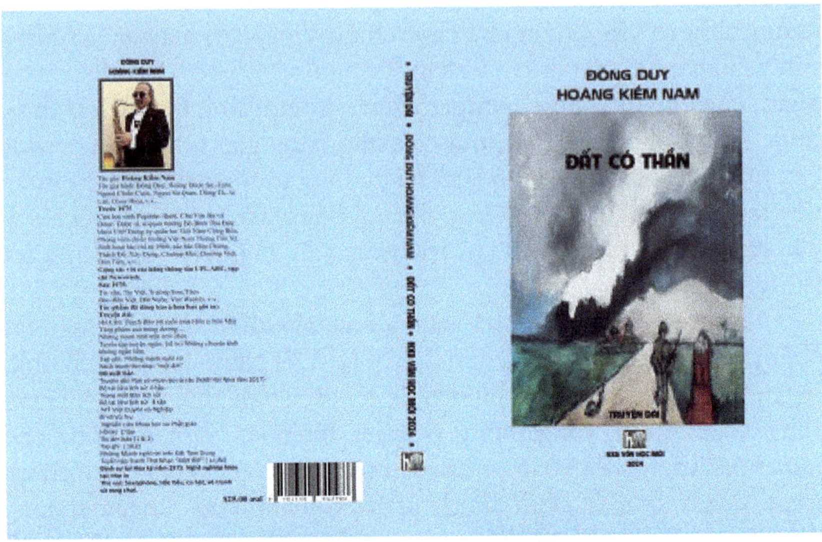

TẠP CHÍ VĂN HỌC MỚI

TRÂN TRỌNG GIỚI THIỆU

TRUYỆN DÀI:
ĐẤT CÓ THẦN

CỦA NHÀ VĂN NHÀ BÁO

DÔNG DUY HOÀNG KIẾM NAM

NXB VĂN HỌC MỚI
ẤN HÀNH 2024

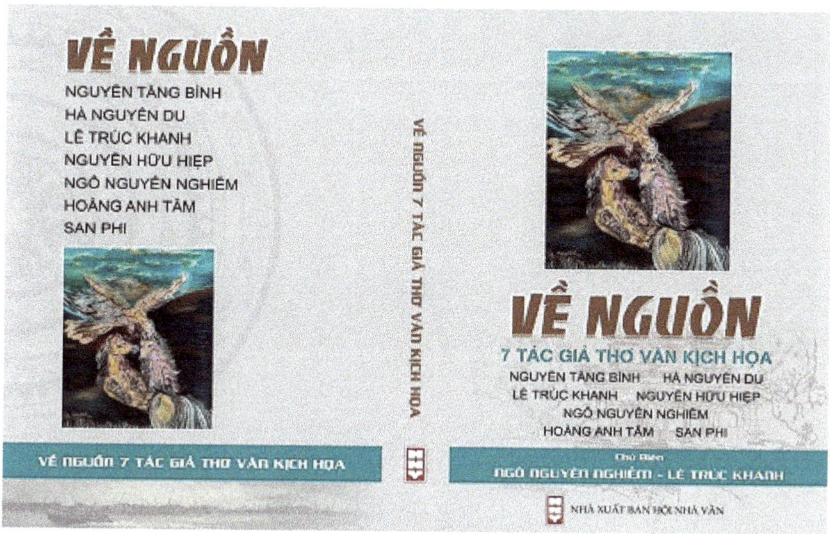

TẠP CHÍ VĂN HỌC MỚI
TRÂN TRỌNG GIỚI THIỆU
TUYỂN TẬP

VỀ NGUỒN

**

GỒM 7 TÁC GIẢ • THƠ • VĂN • KỊCH • HỌA

**

NGUYỄN TĂNG BÌNH • HÀ NGUYÊN DU •

LÊ TRÚC KHANH • NGUYỄN HỮU HIỆP •

NGÔ NGUYÊN NGHIỄM •

HOÀNG ANH TÂM • SAN PHI •

CHỦ BIÊN
NGÔ NGUYÊN NGHIỄM & LÊ TRÚC KHANH

**

NXB HỘI NHÀ VĂN

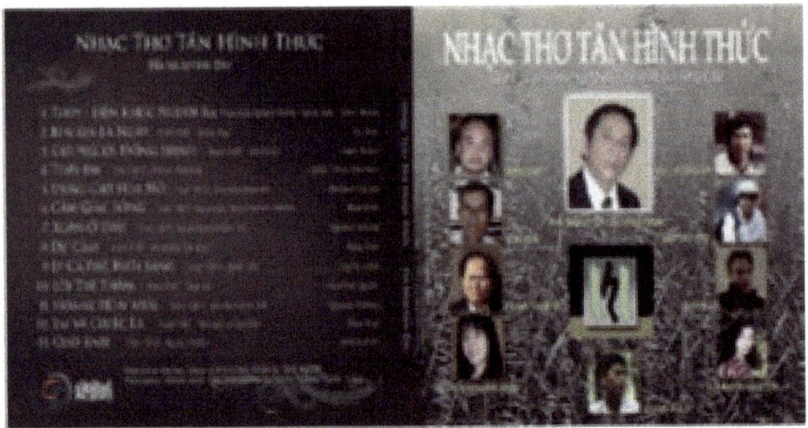

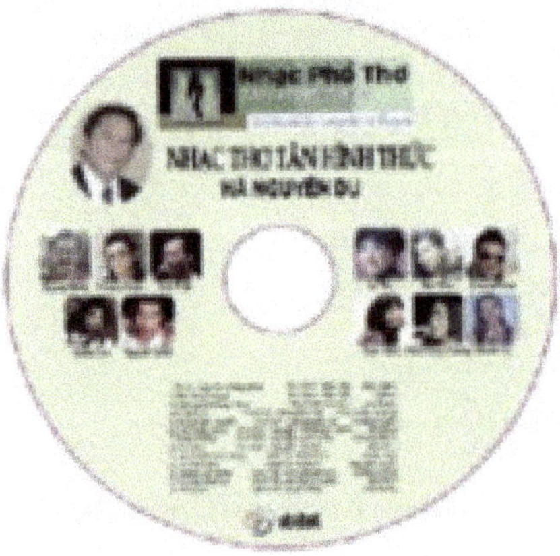

Với những người yêu chuộng thi ca, thì thơ Tân Hình Thức, hầu như ai cũng biết, cũng nghe qua, đọc qua. Nhưng "nhạc Tân Hình Thức" thì đây là lần đầu tiên tôi mới được Nhà thơ Hà Nguyên Du cho nghe.

Hà Nguyên Du là một trong những người tham gia sớm và cùng đẩy mạnh phong trào thơ Tân Hình Thức, sau khi Nhà thơ Khế Iêm là người khởi xướng. Nhưng phổ nhạc từ thể thơ này thì được biết, hầu anh là người tiên phong. Thơ Tân Hình Thức vốn không để làm, nên nhạc Tân Hình Thức cũng không dễ phổ thành ca khúc.

Vì thơ Tân Hình Thức như là một loại văn xuôi được cấu trúc dưới hình thức vắt dòng, phá cách, không vần điệu, theo ngữ nghĩa, thời ngôn hay lục bát... mà thành. Cho nên khởi xướng thành nhạc từ thể loại này rất dễ bị ảnh hưởng vào cung cách của văn xuôi.

Tuy nhiên, thơ Tân Hình Thức cũng có nhạc tính nên khi phổ nhạc Hà Nguyên Du đã cố gắng thoát ra khuôn sáo trường quy mà tạo được một hình thức tương đối mới lạ trong âm nhạc và lời ca. Đặc biệt, khi phổ nhạc, Hà Nguyên Du chấp nhận để ý nguyên gốc, dù không sửa đổi hay thêm thắt chữ nào, ý nào từ bài thơ của các nhà thơ Tân Hình Thức.

Âm nhạc khởi lên từ thơ hình thức, ngôn ngữ và hình ảnh nghe như của văn xuôi, nên lời ca được Hà Nguyên Du khéo léo thấp thoáng lên, hay bổng, bằng nhạc thuật, đã giản dị nhưng đi thẳng vào tâm tưởng người nghe... **Nhạc sĩ Phan Ni Tấn**

Hà Nguyên Du là một trong những người làm thơ nổi tiếng ngay từ trước 1975 và khi ra hải ngoại, với nhiều thi tập đã được xuất bản và được giới yêu thơ dành cho nhiều bảo-cảm đặc biệt...

Thi sĩ còn ở trong cương vị của một người làm thơ Tân Hình Thức, với cung cách tích cực đẩy mạnh phong trào, ngay từ khởi đầu tham gia.

Thơ THT vốn là một thể loại thơ mới lạ, khó đọc, khó làm và phá khá phá luật, vì thế không phải ai cũng có thể sáng tạo được một bài thơ – giống như một nghệ thuật huyền hoặc những hương hình trong ngôn ngữ – nếu người làm thơ không phải là người có kỹ năng sáng tạo cao độ cả về thi ngôn lẫn bề dày kinh nghiệm sống của cá trong cuộc đời.

Hà Nguyên Du, gần như là người viết nhạc duy nhất đã thổi hồn nhạc thêu dệt nên những bài thơ nhạc qua thể loại Tân Hình Thức, mà không cần sửa chữa hay thêm bớt một chữ. Đó là một kỳ công mà không phải ai cũng có thể làm ra được.

Để chứng minh điều này, tôi nghĩ, những người yêu thơ, nhất là đối với thể loại thơ Tân Hình Thức do Hà Nguyên Du phổ nhạc, rất nên tìm nghe CD Nhạc Thơ Tân Hình Thức do ông miệt mài thực hiện suốt hơn 3 năm qua với nhiều thử thách cả về vật chất, kỹ thuật, lẫn tinh thần.

Nguyễn Hà- Nhạc sĩ / Ký giả /TB Sóng & Saigon Nhỏ Magazine

Viết về CD "Nhạc Thơ Tân Hình Thức" của **Hà Nguyên Du**.

Như mới đây tôi đã viết nhân sau về tập thơ anh sắp xuất bản. Xin trích:

Và cứ như thế, tôi lại hoành ngạc, khi khám phá ra thêm một phương diện nào khác về Hà Nguyên Du. Thi sĩ, hầu biết cũng anh sáng tác nhạc... và các ca khúc lại rất mực xuất sắc... Và, xin trích:

Có một điều tôi biết chắc rằng, đối với Hà Nguyên Du, thơ là cơm hàng ngày để ăn, là nước hằng buổi để uống, và là khí trời trong từng khoảng khắc [illegible]

[illegible]

Tôi chỉ là người nghe nhạc khá nhiều, nên thấm lâu trở thành thói quen... Vì thế tôi dễ nhận ra hay dở của một ca khúc...

Vì thơ Tân Hình Thức là loại thơ không vần điệu, với ngôn ngữ đời thường. Dù chỉ để đọc, nhưng Hà Nguyên Du khám phá ra tính nhạc của nó không kém, so với thơ truyền thống. Từ đó, cách đây 3 năm cho tới nay, anh vẫn là người đầu tiên phóng mình với nỗ lực để hoàn thành sứ mệnh "phổ nhạc thơ Tân Hình Thức" [illegible]

[illegible] "các ca khúc rất mực xuất sắc". Tôi nghĩ, khi quí vị nghe thì sẽ có đồng nhận định như tôi.

Bởi, thơ THT là loại thơ khó làm khó hay, mà phổ nhạc lại càng khó hơn gấp bội.

Tuy nhiên, Hà Nguyên Du vẫn không ngại, mà vẫn nỗ lực như ngay từ đầu cùng mục đích với người khởi xướng phong trào là Nhà thơ Khế Iêm. Quyết cùng nhau đẩy mạnh cuộc cách mạng lịch sử, thật mới mẻ, chưa từng có của thơ Việt là thơ Tân Hình Thức.

Và kỳ diệu thay, anh đã thành công, mà lại nhất là anh "không sửa một chữ nào" trên văn bản gốc của các Nhà thơ, mà nhạc anh phổ, khi nghe qua vẫn hay như những ca khúc hiện hành... **Nguyễn Giác Phan Tấn Hải**

TRẢ LỜI THƯ TÍN

1/ Tòa soạn Văn Học Mới, xin chân thành cảm ơn quí thân hữu là Nhà thơ, Nhà văn, Nhà Phê Bình, Biên khảo đã hết lòng ủng hộ..

Rất cảm ơn quí vị đã vì yêu mến VHNT nên không chút lo ngại khi nhiệt tình mua báo dài hạn.

Một niềm hạnh phúc nồng nàn đầy chất khích lệ là gia hạn sự ủng hộ cũng như tiếp tục đóng góp bài vở thường xuyên ... của quí tác giả, quí mạnh thường quân...

Tòa soạn VHM cũng không quên cảm ơn quí vị mua tạp chí của chúng tôi trên Amazon, kể cả mua trong những nhà sách ...

1/Con đường "Lập Đức" của tạp chí VHM vẫn luôn là việc ưu tiên hàng đầu. Vì thế "tiếng thơm đồn xa". Vẫn có lai rai thành viên mới cộng tác, cũng do từ anh em thành viên cũ có quá trình "làm ăn khấm khá với VHM nên giới thiệu cho bạn bè của họ!! Từ đó trong VHM số 20 kỳ đã bắt đầu gia tăng tác giả mua báo dài hạn

2/ VHM một mực thể hiện tình yêu thương quí trọng đến những tác giả đã một đời sống chết với Văn Học Việt Nam, đã để lại nhiều tác phẩm đóng góp.!! (Không phải riêng vì đã cộng tác với VHM mà chúng tôi mới làm số đặc biệt tưởng niệm ...) Mà là thể hiện sống theo đạo lý của dân tộc Việt mình là "Ăn trái nhớ kẻ trồng cây hay uống nước nhớ nguồn..

Có thể kể từ khi VHM ra đời, đã làm số đặc biệt tưởng niếm đến: (Số 2) tưởng niệm nhà thơ/ nhà biên khảo văn học Trần Văn Nam. (Số 6) tri ân nhà thơ/nhà văn/nhạc sĩ Nguyễn Đình Toàn. (Số 8) là số đặcbiệt coi như vinh danh Giai Phẩm Chủ Đề do nhà văn Nguyễn Trung Hối điều hành. (Số 10) tưởng niệm hai nhạc sĩ Nguyễn Hiền và Trầm Tử Thiêng. (Số 13) tưởng niệm Thi sĩ Giáo sư Trần Hồng Châu. Số 16) tưởng niệm nhà thơ Kim Tuấn... Và đến số 20, tưởng niệm nhà thơ/nhà văn Hoài Ziang Duy, một tác giả cộng tác đắc lực với tạp chí Văn Học Mới...Đến số 21 là số không chủ đề gì ...

3/ Trong trang Trả Lời Thư Tín thường kỳ, bổn báo xin giữ nguyên 2 phần trả lời 1& 2. Mục đích để có sự liên tục khi nói đến gồm có bao nhiêu số mà VHM đặc biệt tưởng niệm đến những VNS mà chúng tôi đã làm trong mấy năm qua. Chúng tôi sẽ thông báo trước ít nhất 2 số, về dự trù cho những số tiếp theo sẽ là số tưởng niệm và bài viết chuyên đề về Ký giả / Nhà văn / Thi sĩ Hoài Trinh (trong thời kháng chiến chống Pháp, có in trong cuốn "Thi Nhân Việt Nam Hiện Đại Quyển 1 - Do Phạm Thanh biên soạn - NXB Sống Mới 1959). Nhưng sau khi thảo luận với các nhà biên khảo thì bị trở ngại, bởi 1 lý do thiết yếu và duy nhất là Thi sĩ Hoài Trinh, dù nổi tiếng trong những thập niên trước của thời ông sinh hoạt, nhưng chí có nhiều bản thảo về truyện và thơ mà chưa bung ra đời bằng sách xuất bản. Từ đó kêu gọi người viết thì thiếu hẳn tài liệu. Chính vì thế chúng tôi sẽ tiếp tục tưởng niệm hay vinh danh những tên tuổi dưới đây:

Số 28 Vinh danh Nhà Văn Nguyễn Văn Sâm
Số 31 Tưởng niệm Nhà văn Nguyễn Xuân Hoàng
Số 32 Tưởng niệm Nhạc sĩ Đỗ Lễ
Số 33 Vinh Danh Nhà Thơ Hoàng Xuân Sơn
Số 34 Bắt đầu phát hành vào tháng 11.2024 - mỗi tháng ra 1 số báo ...

4/ VHM số 24 tưởng niệm Nhà văn Nguyễn Trung Hối

5/ Trong 2 tháng vừa qua, VHM làm hai số dồn một, tức là số "22 &23" thuộc số tháng 2 năm 2023 Xuân Quí Mão. Chính bổn báo cũng không ngờ rằng với chỉ mục đích là "Kỷ Niệm 5 Năm Phát Hành Văn Học Mới" thôi!! (Theo dự trù là nhằm giới thiệu sự nghiệp sáng tác của mỗi tác giả) nên dành nhiều trang để họ có dịp tỏ bày... Ngờ đâu rằng "phóng lao thì phóng theo lao" ... Số trang tăng vọt lên chưa từng có trong lịch sử của mọi thời, mọi tờ báo Văn Học. (tăng gần 8 trăm trang). Khiên tờ báo nặng ký như cuốn tự điển.... Phát hành xong, mỗi tác giả đều có trong tay, hẳn nhiên sự trố mắt nhìn và tóm tắt khen ngợi không tiếc lời!!

6/ Trong Văn Học Mối số 22 & 23 Xuân Quí Mão vừa qua, có số lượng tác giả gia hạn mua báo dài hạn cũng tăng đều đặn.... Bổn báo chân thành cảm ơn quí tác giả tích cực cộng tác với VHM và nhiệt tình ủng hộ báo dài hạn. Một hành động nhân quả tốt đẹp là một niềm khích lệ vô cùng lớn lao cho tờ báo thêm mạnh bước chân cứng đá mềm!!

7/ VHM số 27 & 28 đã công bố trước ngày bắt đầu của "Giải Thơ Văn Học Mới 2024" . Thật sự ngày tháng bắt đâu nhận bài là giữa tháng hai và kết thúc đến giữa tháng 5 > Tháng 6 mới công bố kết quả giải, nhưng từ khi bắt đầu công bố sớm trên VHM số 27, đã có hàng loạt người ở khắp nơi đã gửi bài dự thi trước rồi, Đó là một biểu hiện tích cực đầy lạc quan cho Giải Thơ mang tính đột phá và thăng hoa cho "dòng chảy VHNT" ở Hải Ngoại của chúng ta....Mãi cho đến VHM số 29 Xuân Giáp Thìn cận kề đến, số lượng người tham dự càng tiếp tục gia tăng hơn. Chúng tôi đang chuẩn bị đánh "số mật mã cho mỗi tác giả" để giữ công bằng và gửi đến mỗi giám khảo trong hội đồng chấm giải...

8/ Xin quý tác giả **LƯU Ý** , khi gởi bài cho Văn Học Mới - **Bộ mới phát hành mỗi tháng ra một số (1 Tháng / ra 1 số - "Nguyệt San Báo) :**
- Về thơ: Không quá 3 trang...
- Về Truyên ngắn: Không quá 12 trang, nếu hơn ... có thể đăng làm 2 kỳ)

BAÌ VỞ GỞI VỀ VĂN HỌC MỚI:

Gởi sáng tác, xin kèm theo địa chỉ, tên thật (có thể), số phone và Email. Gởi đến Văn Học Mới xin vui lòng đừng gởi báo khác. ***Nay Văn Học Mới phát hành theo định kỳ mỗi tháng ra 1 số. Như vậy trong vòng 1 tháng sau đó mà không thấy đăng, thì quí vị có quyền đăng báo khác. Điều quan trọng Văn Học Mới muốn nhắn nhủ đến quí tác giả là: Chúng tôi không đăng bài đã: 1/Đăng trên Facebook. 2/ Hoặc bất cứ đâu. 3/ Không nhận bài vở viết tay...***

Văn Học Mới xin quí vị lưu ý: là tạp chí **không có qui định trả tiền nhuận bút cho bất cứ tác giả nào cộng tác.** *(Vì vậy, mỗi tác giả trong nước khi gởi bài đăng , dưới tác phẩm thơ / văn, ngoài bút danh với tên thật hay điện thoại là tốt... Nhưng xin đừng ghi như bên VN là CMND và tài khoản ..v..v..*

Bài vở đánh máy trên một mặt giấy. Xin dùng Microsoft Word với công cụ đánh chữ **Uni Code hay Unikey** là tốt nhất. Nên dùng Font chữ thông dụng nhất là **Time New Roman.** *Bài vở không đăng chúng tôi không gởi trả lại. Theo nguyên tắc chờ một số mà không thấy đăng, số kế tiếp nếu có đăng thì chúng tôi sẽ thông báo, để quí vị không đăng báo khác...*

TẠP CHÍ VĂN HỌC MỚI
PHÁT HÀNH 12 SỐ /NĂM
BẮT ĐẦU SỐ 34 / PHÁT HÀNH VÀO THÁNG 11/2024

NHẬN BÀI TỪ NGÀY 1 ĐẾN NGÀY 15
NẾU AI GỬI TRỄ - SẼ DỜI LẠI SỐ SAU
Gửi bài vở cho tạp chí Văn Học Mới theo 3 hộp thư:
vanhocmoi4@gmail.com
ntlthu1016@gmail.com
hanguyendu@gmail.com
Ngân phiếu/ chí phiếu mua báo dài hạn, xin để:
HA NGUYEN
10291 Arundel, Ave
Westminster, CA 92683 - USA
Một cách rất tiện lợi và nhanh nhất là gởi trả qua công cụ có sẵn trong mỗi. ngân hàng là ; Zelle. (khi tác giả nào cần trả qua Zelle hãy email trước cho biết , sẽ cho số phone , kèm theo tên Ha Nguyen nữa là xong.
Liên lạc mua báo trong nước : ntlthu1016@gmail.com

GIÁ BIỂU BÁO DÀI HẠN 12 SỐ / NĂM

HOA KỲ / MỘT NĂM / $ 240.00 . HAI NĂM $ 460.00

MUA______/ NĂM

CANADA / AUSTRALIA / PHÁP / ĐỨC
MỘT NĂM $ 280.00 . HAI NĂM / $540.00

MUA______/ NĂM

GIÁ BÁN TẠI CÁC NHÀ SÁCH US $20.00

GIÁ BIỂU BÁO DÀI HẠN 12 SỐ / NĂM

HOA KỲ / MỘT NĂM / $ 240.00 . HAI NĂM $ 460.00

MUA______/ NĂM

CANADA / AUSTRALIA / PHÁP / ĐỨC
MỘT NĂM $ 280.00 . HAI NĂM / $540.00

MUA______/ NĂM

GIÁ BÁN TẠI CÁC NHÀ SÁCH US $20.00

VĂN HỌC MỚI
TẠP CHÍ

Chúng tôi NHẬN in ấn tác phẩm thuộc VHNT

NHÀ XUẤT BẢN VĂN HỌC MỚI

Phát hành toàn cầu qua hệ thống Amazon.
Sẽ giao đến tận nhà quí vị. Trên
tinh thần ủng hộ quí Văn Nghệ Sĩ
và thân hữu trong giới sáng tác
Liên lạc Hà Nguyên Du

hanguyendu@gmail.com
vanhocmoi4@gmail.com
ntlthu@1016@gmail.com

VĂN HỌC MỚI
tạp chí

Ảnh bìa: Tranh Kimchi Hoang - Theo Tóc Mơ Bay # 7 - Oil on Canvas - Size 18" x 24"- 2022.
Trình bày Bìa và Nội dung: HÀ NGUYÊN DU
Copyright © 2021 by vanhocmoi magazine.
All rights reserved

www.ingramcontent.com/pod-product-compliance
Ingram Content Group UK Ltd.
Pitfield, Milton Keynes, MK11 3LW, UK
UKHW020656041026
15590UKWH00001B/311

9 798330 556106